Lose You To Love Me

Sometimes you need to lose them to realize how much they love you

BELLISSIMA_04

Ukiyoto Publishing

All global publishing rights are held by

Ukiyoto Publishing

Published in 2023

Content Copyright © Bellissima_04

ISBN 9789360166977

All rights reserved.

No part of this publication may be reproduced, transmitted, or stored in a retrieval system, in any form by any means, electronic, mechanical, photocopying, recording or otherwise, without the prior permission of the publisher.

The moral rights of the author have been asserted.

This is a work of fiction. Names, characters, businesses, places, events, locales, and incidents are either the products of the author's imagination or used in a fictitious manner. Any resemblance to actual persons, living or dead, or actual events is purely coincidental.

This book is sold subject to the condition that it shall not by way of trade or otherwise, be lent, resold, hired out or otherwise circulated, without the publisher's prior consent, in any form of binding or cover other than that in which it is published.

Dedication

Hi guys this is Milcris Ortiz. Hay grabe it's been a month simula nung nag sulat ako at wala pang 1 year published author na ako. Napaka bilis ng pangyayari as in. I just want to thank sa mga tao na nasa likod ng libro na to. Sa tao na nag inspire saakin na masulat tong libro nato. Kundi dahil sayo hindi ko to magagawa. To my Best friend the Real life Irish Kristel Sulad, thank you sayo. Especially kay God din kasi pinag dadasal ko kasi to tapos ngayon my god. Thank you lord.

Contents

Chapter 1	1
Chapter 2	5
Chapter 3	11
Chapter 4	15
Chapter 5	24
Chapter 6	31
Chapter 7	39
Chapter 8	49
Chapter 9	59
Chapter 10	67
Chapter 11	79
Chapter 12	87
Chapter 13	96
Chapter 14	102
Chapter 15	109
Chapter 16	115
Chapter 17	119
Chapter 18	124
Chapter 19	127
Chapter 20	131
Epilogue	138
About the Author	*144*

Chapter 1

Ako nga pala si Irish Kristel Sulad, 16 yrs old. Senior high student. Simple student lang naman ako pero ang love life ko. It's complicated.

Meron akong lalaking gusto, as in elementary palang ako gusto ko na sya. Hindi ko na nga mabilang kung ilang taon na akong nag hihintay sakanya. Ako na nga nag first move pero wala pa rin hay.

Pagkatapos kong gumayak(magbihis) umalis na rin ako ng bahay para pumasok. Eto nanaman makikita ko nanaman sya. Same school kasi kami. Sya nga yung campus heartthrob namin eh. Pano kasi complete package. Magaling kumanta,magaling mag gitara and ang last but not the least sobrang gwapo. Kaya marami din akong karibal sakanya.

"woi Irish" bati saakin ni Milcris. Nasa school na kasi ako ngayon.

"bakit?" tanong ko sakanya.

"kamusta na,anong balita sainyo ni-".

"Wahh girls andyan na si Justin" tili nung mga babae sa room namin. Hindi ko naman sya kaklase kasi mag kaiba kami ng strand ako GAS sya STEM.

Oo justin yung name nya. Justin Alvarez. Sya nga at wala nang iba.

"Wala, wala paring progress" malungkot na sabi ko sakanya

"ok lang yan. Diba hindi ka susuko" sabi nya saakin kaya tumango nalang ako sa sinabi nya.

"Pau" tawag naming dalawa kay pauleen na kakadating palang.

"bakit?" tanong nya saaming dalawa.

Kung meron man na may pinaka maswerte na love life saaming tatlo. Walang iba kundi si Pauleen. Si Milcris naman kasi Puro aral lang ng aral kaya wala syang lovelife. Well balik tayo kay pauleen. Yun nga ang swerte nya kasi yung taong gusto nya. Katabi lang nya at take note wala syang kaagaw. Hindi katulad ko. Libo libong babae yung karibal ko. Sana all diba.

Classmate lang kasi namin yun. Si Marjun Sta Cruz. May itsura din naman kasi si Mj tapos matalino pa kaya inlababo tuloy tong best friend ko.

Natahimik naman na kami sa pag tsistsismisan nung pumasok na yung teacher namin.

"Before I start my class, may makikisit in sainyo" sabi nung teacher namin. Nagtaka naman kami kung sino-sino yung makikisit in samin.

"pasok na kayo" sabi nung teacher namin. Agad namang nanlaki yung mata ko. Sila justin.

"Same din kasi yung subject na ituturo ko sainyo ngayon. And may emergency ako so pagsasabayin ko nalang kayo ok. Umupo nalang kayo sa mga bakante na upuan " sabi nung teacher namin. Bigla namang lumipat si Milcris ng upuan. Katabi ko kasi sya. I love you talaga best friend.

Nagpipigil naman ako ng kilig ngayon kasi. Nasa harapan ko na sya. Tapos Umupo na sya sa tabi ko. OMG akala ko sa panaginip lang to mangyayari.

"Ma'am am, excuse ko lang po yung mga nasa art club, may meeting po" sabi nung isang studyante. Badtrip naman oh. Kasama ako dun eh. Bat ngayon pa wah. Hadlang talaga eh.

"Yung mga taga art club may meeting daw kayo" wahhh, bakit ngayon pa. Walang gana naman akong tumayo at sabay na kami ni Milcris na lumabas ng classroom.

"Bakit ngayon pa sila nag pa meeting" malungkot na sabi ko.

"Irish ayos lang yan. Hindi pa ito yung last time" sabi ni Milcris saakin. Wahhhh bakit kasi ngayon pa.

Nandito na kami ngayon sa art room. At nag hihintay kung kailan mag iistart tong meeting nato.

Pumasok naman na yung president namin sa art club. Umayos naman na ako ng upo. Hay sana maabutan ko pa si justin sa room.

"Bago tayo mag start iintroduce ko muna ang bagong member ng club natin si... Si Justin Alvarez" sabi nung president namin. Takte wait what member si justin. Shota kinikilig ako.

Naglakad naman na si justin and hindi to sinadya ah bakante lang talaga yung left side ko. Katabi ko kasi si milcris sa right side ko. Naupo naman sya sa tabi ko. Wahh kinikilig na ako ngayon. Sobrang bilis ng tibok ng puso ko tapos ang lamig din ng mga kamay ko. Grabe akala ko talaga naudlot eh.

Akala ko sasama yung loob ko sa meeting namin ngayon. Pero love ko ang art ah. Art is the only way para maga escape ako sa reality. Ngayon mahal na mahal ko na yung art pati din yung nasa tabi ko chos.

Nakangiti naman akong lumabas ng art room namin wahhh. Kinikilig talaga ako. Wala akong ibang ginawa kanina kundi ang titigan ang super gwapo nyang mukha.

-

"Irish ikalma mo,fall na fall lang" sabi ni Milcris saakin .

Naglalakad na kami pauwi ngayon. kami ngayon katatapos lang kasi ng klase namin ngayon. Kanina pa kasi ako nakangiti hanggang sa matapos yung araw nato naka ngiti parin ako.

"Di naman".

"Irish, payong kaibigan lang ha, wag ka masyadong mainlove kay Justin,mag tira ng konti sa sarili mo. Ang love hindi yan bigay lang bigay kailangan may natatanggap ka rin" sabi nya saakin.

May point nga naman sya. Pero huli na eh inlababo na talaga ako.

Chapter 2

Nasa school ako ngayon. Wala si milcris ngayon. Wala tuloy akong kasama si pauleen kasi ayun oh. Kasama si mj. Recess kasi namin ngayon hay.

Dahil wala akong magawa nag lakad lakad naman ako. Napadaan ako sa music room. May narinig ako na parang may kumakanta. Kyahhhh kilala ko yun, si Justin.

Pinagmasdan ko naman sya habang nag gigitra tapos kumakanta. Sobrang ganda ng boses nya. Kaya maraming naiinlove eh.

"Miss pumasok kana, wag ka nang mahiya".

Natauhan naman ako sa sinabi ni justin. Kyahhhh nakita nya pala ako. Nakakahiya.

Pumasok naman ako tapos naupo sa tapat nya. May bakante kasing upuan sa tapat nya. Sya kasi nakaupo sa desk. Parang teacher's desk yung itsura nung inuupuan nya.

"Ikaw yung nasa art club diba?" tanong nya saakin.

"Oo, ako nga Irish nga pala yung name ko" sabi ko sakanya tapos ngumiti.

"Can I ask you a favor?" tanong nya saakin. Kyahhh ano naman yung itatanong nya.

"Ano yun?".

"Just treat me like a normal student. Kahit wag na yung campus heartthrob . Pwede ba yun?"Tanong nya saakin.

"A-ah, oo naman pwede" nakangiting sagot ko sakanya. Shocks naman oh bat kasi napaka

gwapo nitong lalaki nato. Pag ka sagot ko kasi. Ngumiti sya saakin.

"I'm so glad to hear that. Gusto mong marinig yung kanta ko kanina?" tanong nya saakin.

Talaga bang nangyayari to. May conversation na kami may improvement kyahh.

"Sige, oo naman"mabilis na sagot ko sakanya.

Ngumiti naman sya saakin tapos nag simula na syang mag strum sa gitara nya.

Song playing :Just the way you are by bruno mars.

" Oh, her eyes, her eyes

Make the stars look like they're not shinin'

Her hair, her hair

Falls perfectly without her tryin'

She's so beautiful and I tell her everyday

Yeah, I know, I know

When I compliment her, she won't believe me

And it's so, it's so

Sad to think that she don't see what I see

But every time she asks me, "Do I look okay?"

I say

When I see your face

There's not a thing that I would change

'Cause you're amazing
Just the way you are
And when you smile
The whole world stops and stares for a while
'Cause girl, you're amazing
Just the way you are
Yeah
Her lips, her lips
I could kiss them all day if she'd let me
Her laugh, her laugh
She hates, but I think it's so sexy
She's so beautiful and I tell her everyday
Oh, you know, you know
You know I'd never ask you to change
If perfect's what you're searchin' for, then just stay the same
So don't even bother askin' if you look okay
You know I'll say
When I see your face
There's not a thing that I would change
'Cause you're amazing
Just the way you are
And when you smile

The whole world stops and stares for a while
'Cause girl, you're amazing
Just the way you are
The way you are
The way you are
Girl, you're amazing
Just the way you are
When I see your face
There's not a thing that I would change
'Cause you're amazing
Just the way you are
And when you smile
The whole world stops and stares for a while
'Cause girl, you're amazing
Just the way you are
Yeah"

Nakatingin lang ako kay justin ngayon habang kumakanta sya. Napaka gwapo nya. Sino ba naman kasing hindi maiinlove diba. Pero katulad nga ng sinabi nya. Itrato ko sya na parang hindi sya heartthrob ng school. Ibig sabihin kailangan ko ring itago ang feelings ko para sakanya.

Ayaw ko kasi na mailang sya saakin. Kaya itatago ko nalang kesa umiwas sya.

"Nagustuhan mo ba?" tanong nya saakin.

"Oo, ang ganda nga eh" sabi ko sakanya. Nagpipigil ako ng kilig ngayon.

"Bell na, Sige punta na ako sa room namin. See you later nalang irish" Sabi nya tapos lumabas na sya ng music room.

Paglabas na paglabas nya. Tsaka na ako nag wala. Sobrang kilig na kilig na ako kyahhhhh. Napansin na ako ni justin, nakakausap na nya ako kyahhhhh. Hindi ako makapaniwala. After so many years nag bunga na rin yung pinag hirapan ko.

"Ms Sulad go to the detention now!"

"patay, narinig pala ako nung disciplinary president namin. Na detention pa ako. Ayos lang masaya akong madedetention kyahh kinikilig pa rin ako.

Nakangiti naman na ako at pumunta na sa detention.

Patili-tili ka pa kasi di ka nalang pumasok sa room mo nalate ka pa tuloy at detention. Pero ok lang, masaya naman ako hahaha.

Chapter 3

After my detention. Syempre napagalitan ako ni lola. Pero ok lang. Hindi naman nadamay yung grades ko pero may first warning na agad ako.

Infareness, gwapo din yung DP namin. JC Santos nga pala yung name nya. Peg ko sana kaya lang wala eh kay justin lang papalag.

Habang nag titingin ako sa social media account ko. Biglang may nag pop up na notification. Pinindot ko naman yun at nanlaki yung mata ko sa nakita ko. Shota,gagi totoo ba to. Sinampal ko naman yung sarili ko at inuntog ko yung sarili ko sa pader. Shocks ang sakit hindi nga sya panaginip

Kyahhh si Justin kasi.He just accept my friend request tapos finallow back na nya ako . Potek talaga bang nangyayari to 7/7/22 ang date ngayon at 7:7 ang exact time nung finallow nya ako potek lucky 7 kyahhhhh.

Nagpagulong, gulong naman ako sa kama ko tapos pinagsusuntok at pinagsisipa ko yung mga unan ko dahil sa sobrang kilig.

"Hoy Irish ano ba ang nangyayari sayo. May sapi kaba?" tanong saakin ng lola ko.

"Hehehe ok lang ako lola" sagot ko sakanya tapos ngumiti ng konti.

"Kakain na tayo" sabi saakin ni lola kaya umayos na ako at lumabas na ako sa room ko para kumain.

Tapos na rin kami kumain ni lola. May mga parents pa naman ako pero late na kasi sila umuwi kaya madalas na si lola yung kasama ko.

Nakahiga na ako sa kama ko ngayon. Katatapos ko lang kasi gumawa ng homework. Kahit naman inlababo ako kay Justin syempre focus din tayo sa studies. Consistent honor student ata to.

Nag sscroll ako sa social media account ko ngayon. Nagulat naman ako kasi nag chat si Justin kyahhhhh. Mukhang pumapabor na yung tadhana saamin.

Syempre nag reply ako kaagad

   "Hi, are you still awake?".

 "Oo, bakit?".

"May itatanong lang sana ako".

"Ano yun?".

"If bibigyan kita ng gift anong gusto mong Ibigay sayo?"Tanong nya saakin sa chat.

Shota naman justin bakit ka ganyan. Di mo ba alam kilig na kilig na ako,takte.

"Hmm, simple lang hindi naman kasi ako materialistic, since kumakanta ka naman siguro gumawa ka ng letter or ng song" reply ko sakanya.

Ano bayan ang tagal naman nyang mag reply. Natulog na siguro. Ikaw kasi irish inuna mo pa na kiligin kesa mag reply. Tinulugan ka tuloy.

Matutulog na dapat ako kaya lang.

"Ok, thanks. Goodnight sweet dreams".

Kyahhhhh. Goodnight sweet dreams. Gagi justin wag kang ganyan mamaya baka mafall ako sayo lalo at hindi na ako makaahon,kyahhhhh

"psstt hoy, ingay! " "napatahimik naman ako nung nag salita si lola. Napatalon naman ako at napatili ng walang sound.

Ibang klase ka talaga justin. Sayo lang ako ganito.

Pano pa ako makakatulog nito. Eh hindi pa ako natutulog nanaginip na ako,kyahhh

Hay, ewan ko humiga naman na ako sa tabi ni lola at natulog ng naka ngiti.

"Sweet dreams"Sabi ko sarili ko tapos ngumiti ako at nagtalukbong ng kumot. Hay, grabe kilig na kilig ako.

Chapter 4

Close na kami ni justin ngayon. Oo close na kami. Pero hindi nya alam na may feelings ako para sakanya. Hay, kahit naman gusto kong umamin wala akong magawa. Ang importante close na kami yun lang.

Magkasama kami ngayon ni justin papunta sa music room. Dito kami lagi tumatambay. Tinuturuan nya rin kasi ako mag gitara. Dati ko pa pangarap matuto mag gitara eh. Binilan panga ako nun ni tita pero hindi ko naman magamit. Bukod sa lima lang yung string. Di din ako marunong.

Pero sino ang mag aakala na ang magtuturo saakin yung lalaking pinapangarap ko diba.

"Yan, down up, up down up down" sabi ni justin habang nag iistrum ako.

"G na" sabi ni justin kaya nilipat ko na yung daliri ko. Kaya lang nahihirapan ako.

"Hindi kasi ganyan" sabi nya tapos tumayo sya sa pag kakaupo nya sa table. Pumunta naman sya sa likod ko.

"Ganito" sabi nya, tapos hinawakan nya yung kamay ko. Takte naman justin, hindi na ako makahinga sa ginagawa mo. Kilig na kilig na ako.

"Yan" sabi nya tapos pumunta na sya sa harapan ko tapos ngumiti sya.

"Mabilis ka palang matuto" sabi ni justin saakin. Naglalakad lakad kami ngayon sa campus since vacant naman namin.

"Syempre, fast learner ako eh" sabi ko sakanya. Natawa naman sya sa sinabi ko.

"You know I'm starting to like you" sabi nya na nag pahinto saakin, sa mundo ko. Ano daw. G-gusto nya ako talaga. Joke ba to. feeling ko namumula na ako ngayon. Sobrang bilis din ng tibok ng puso ko.

"I mean, I'm starting to like you to be my friend. Hindi ka kasi boring kasama. Tsaka hindi ka din katulad nila" sabi nya saakin kaya na patingin ako sa tinuro nya. Ahh yung mga fans nya na kilig na kilig sakanya.

"Kaya to. Nakakausap kita ng ganito at hindi ako naiilang sayo".

Justin kung alam mo lang katulad lang din nila ako.

"Tara na nga malapit na mag bell" sabi nya tapos inakbayan nya ako.

Kyahhh, kilig na kilig ako ngayon sa ginawa nya. Inakbyan nya ba naman ako. Aishshishi.

-

"So ano, habang buhay ka nang best friend?" tanong saakin ni Milcris tapos kumagat sya ng burger nya.

Uwian naman na namin. Kumain lang kami dito sa tabi ng school namin. Si pauleen naman nauna na saamin mukhang may LQ sila ni mj.

"Ewan, eh sa dun sya komportable anong magagawa ko" Sabi ko sakanya.

"Ewan ko sayo Irish, sinasaktan mo lang yang sarili mo. Well kailan mo balak umamin?" tanong nya saakin.

"Ewan, baka hindi na. Mas ok na na best friend atleast kasama ko sya period"Sabi ko sakanya.

Napailing nalang si milcris at uminom ng lemonade.

"Bahala ka Irish" sabi nya.

-

Nasa school ako ngayon wala naman kaming klase foundation week kasi so ibig sabihin. Isang linggo kaming walang klase puro kainan at mga booths lang yung nandito.

Dahil nga nasa art club kami ni justin. Gumawa kami ng art exhibit booth. Karamihan dito paint ko. Yung iba naman kay justin.

"Alam mo ba na yung painting nato para sa taong gusto ko" sabi ni justin saakin habang nakatitig kaming dalawa sa painting na ginawa nya.

Ang ganda, isang babae tapos medyo blurred yung painting nya. Sino kaya yun. Ako ba yieee. Char, malabo yun. Hindi naman ako ganun kaganda para magustuhan nya.

"Justin sumama ka saamin sa wedding booth kung ayaw mo bayaran mo kami ng 50 pe-"

"Ayan 1000,balak nyo ata ubusin yung pera ko eh" reklamo ni justin sa mga estudyante. Mga pang sampo na ata yung nabayaran nya so meaning naka 10k na sya kakabayad sa wedding booth HAHAHAHA. *"Ang daming gustong mag pakasal sayo ah"* sabi ko sakanya

"Di naman" sabi nya.

"Bakit ba ayaw mo. Kahit isa man lang sakanila" sabi ko kay Justin. Huminto naman kami sa pag lakad tapos nag salita sya.

"Because I'm reserving my I do to someone, who is very special to me" Sabi nya saakin. Ako ba yun yieeee justin wag kang ganyan.

"Ang seryoso naman natin, Tara na nga" sabi nya tapos pumunta kami sa music room. Mag pra-practice kasi sya para sa splash night namin sa last day ng foundation week namin.

"Ano nga pala yung kakantahin mo dun justin?" tanong ko sakanya.

"Hmm diko pa nga alam eh. Ikaw ba may alam ka?" tanong nya saakin napaisip naman ako sa sinabi nya.

"Ilan ba yung kakantahin mo para sa event?"Tanong ko sakanya

"Depende sa kung ilang kanta yung kakantahin ko. Hay kagabi pa nga ako nag iisip eh" sabi nya saakin tapos napakamot sya sa ulo nya. Natawa naman ako, ang cute nya kasi.

"Bakit?" Tanong nya saakin.

"Wala naman hahaha" sabi ko at nag isip nalang kung ano yung pwede nyang kantahin. Parang lahat naman ata ng kanta pwede sakanya. Ako din pwede din ako sakanya, chariz kanta nga pala yung pinaguusapan.

"Hmm pwede yung wonderful tonight" sabi ko.

"Wonderful tonight. Pwede nga no. Sige ano pa?" tanong nya saakin.

"Last first kiss ng 1D,Perfect din ng 1D at Pagsamo ni Arthur nery" sabi ko sakanya napa tango tango naman sya sa sinabi ko.

Lumapit naman sya saakin at ngumiti.

"Ang galing mo talaga, thank you" sabi nya saakin tapos ginulo nya yung buhok ko. Kyahhh ang cute kinikilig ako. Dati sa mga drama ko

lang to napapanood. Iba din pala yung feeling kapag ginawa sayo ng taong gusto mo sa totoong buhay.

"Sige mag practice na tayo" sabi nya saakin kaya tumango na ako sakanya.

Nag simula naman na sya mag strum ng gitara nya.

Music playing :Wonderful tonight

"It's late in the eve-".

" Irish Kristel Sulad follow me".

Napatingin naman ako sa DP namin. Jusqo epal naman to oh. Moment namin ni justin sumasali.

"Bakit DP wala naman akong violation ah"reklamo ko.

"Alam ko. Sasama ka o bibigyan kita ng violation"Sabi nya saakin.

Aba sumusobra natong DP na to ah. Natandaan nyo nung nadetention ako. 1 week nya akong ginawang alalay nya punishment kuno kasi daw late ako. Eh ang alam ko first offense 1 day mag lilinis ng cr. Tapos ako ginawa nyang 1 week na alalay. Buti nga di ko sya nireklamo sa school director eh. Chos sila pala may ari hehehe.

"Ok lang Irish, sumama kana kay DP" sabi saakin ni justin. Justin naman. Hay epal talaga yung dp nato eh.

Wala naman na akong nagawa kundi ang sumunod dito sa DP nato.

"DP saan ba tayo pupunta?" tanong ko kay dp. Nauna na kasi sya maglakad kesa saakin. So nakasunod ako sakanya.

Huminto naman sya sa paglakad at tumingin sya saakin at ngumsi.

"To my booth".

"Huh?".

"Welcome to my booth..... Jail... Booth"

Special scene

Flashback nung na detention si irish dahil nalate sya.

Irish Kristel POV

"1-week kita magiging assistant. Pag nag iikot ako sa school kailangan sumunod ka sa lahat ng iuutos ko are we clear Ms sulad?" tanong nya saakin.

"Eh diba dapat nag lilinis ako ng CR ng 1 day kasi first offense lang naman pag naka 2nd offense ako canteen naman for 3 days ang

lilinisin ko tapos 3rd offense 1 week akong mag lilinis ng CR at Canteen. Wala namang alalay dun ah" reklamo ko sakanya.

"Well meron na ngayon. Just follow me at wala na tayong magiging problema. Now get out of my office at mag sisismula kana bukas" Sabi nya saakin tapos pinalayas na nya ako. Tsk hanep din yung DP nato eh.

Inirapan ko nalang sya tapos lumabas na ako ng office ng napaka galing namin DP.

The next day.

"Ms Perez First Offense" sabi ni DP kaya hinahanap naman yung name nun at nilagyan ko ng X. Ito ang role ko dito. Ang hawakan ang log book nya at mag hanap ng mga studyanteng late or may school violation.

"Mr Cruz 2nd offense" Sabi ni DP.

"Hi, I'm Marco Cruz and you are?" napa tingin naman ako sakanya. Naka lahad yung kamay nya saakin para makipag shake hands.

"Ako naman si Iris-"

"Mr Cruz 3rd offense" sabi ni DP tapos hinila na nya ako

After naming mag libot pumunta naman kami sa office nya. Ayos din tong DP nato. Naka excuse din ako sa klase ko ngayon may Quiz kasi kami eh di ako nakapag review so ligtas ako. May pakinabang din pala ang maging alalay nitong DP nato

"Ano namang gagawin ko ngayon DP?" tanong ko sakanya.

"Nakikita mo yang mga files na yan?" tanong nya saakin.

"Oo, bakit?"

"Arranged them in alphabetical orders" Utos nya saakin na kinalaglag ng panga ko. Eh ang dami nito eh. Aabutin ata ako ng bukas kaka arranged nito eh.

"Dp lahat to?" tanong ko sakanya.

"Oo" Sagot nya saakin. Lintek naman ang dami nito. Napakamot nalang ako at inarrange ko nalang to para matapos na. Gusto ko na sana mag reklamo kaya lang baka yung 1-week maging 1 month, yoko na.

Hay lintek na DP talaga to. Nag sisi tuloy ako kung bakit binoto kita, aishh

Chapter 5

Potek na dp nato. Kinulong ba naman ako sa jailbooth. Ako lang yung nandito tapos nag babantay sya saakin. Naknang tokwa.

"DP bakit mo ba ako kinulong. Di paba sapat yung 1 week na pagiging alalay ko?" tanong ko kay DP habang nakayakap ako sa rehas ng jailbooth.

"Manahimik ka dyan ms sulad! " Sabi saakin ni DP.

"DP, hoy" Lintek parang hindi nya ako naririnig. Natututok lang sya sa cellphone nya.

Lintek na DP to panira sa lovelife. Moment nanamin ni justin yun tapos bigla syang eepal,kainis.

Tinanggal naman na nya yung eye glasses nya tapos tumingin sya saakin.

Binuksan naman na nya yung kulungan. Yiee papalayain na rin ako ni DP.

Nagulat ako kasi pumasok sya sa loob tapos ni lock nya at hinagis nya yung susi.

"DP, anong ginagawa mo?" tanong ko sakanya habang sinusubukan kong abutin yung susi.

"You're just wasting your energy Ms Sulad" Sabi nya saakin.

Takte naman oh. Ano ba naman kasing klaseng booth to. May detention na nga sya tapos pag dating sa dito sa foundation week jailbooth naman. Hanep nitong si DP pangarap ata maging preso eh. Hilig sa kulungan tsk.

Naupo nalang ako takte wala akong magagawa kundi hintayin na tumawag si DP na mag bubukas ng kulungan nato.sana maabutan ko pa si Justin sa music room.

"DP baka naman, pwede mo na akong pakawalan. Kung gusto mo makulong wag ka nang mandamay" Sabi ko sakanya. Hindi naman nya ako sinasagot at nakatingin lang sya sa phone nya at parang may pinapanood.

"DP ano yan?" tanong ko sakanya. Parang di naman nya ako naririnig tapos nilayo nya pa yung phone nya nung titingan ko, tsk snob.

Mga 1 hour and 30 minutes na ata kaming nakakulong. At kanina paring may parang pinapanood si DP sa phone nya.

Nagulat naman ako nung pinatay na nya yung phone nya tapos tumayo na sya sa pagkakaupo nya. May kinuha naman syang susi sa bulsa nya.

"DP may duplicate ka?" gulat na tanong ko sakanya. Hindi naman na nya ako sinagot tapos binuksan na lang nya yung kulungan.

Sa wakas nakalaya din ako ako. Freedom.

I'm free. Nakita ko naman si justin. Napangiti naman ako syempre justin yun eh. Bakit parang may kasama sya. Maglalakad na dapat ako palapit sakanya kaya lang...

Na patingin ako kay DP kasi bigla ba naman akong posasan.

"Hoy takte DP ano to?" tanong ko sakanya.

"After your jailbooth, kailangan kitang posasan"Sabi nya saakin na kinataka ko. Ano nanamang pakulo to? .

May sinabi pa si DP kaya lang di ko gaanong na rinig.

"Bakit?" tanong ko kay dp.

"Just follow me Ms Sulad" sabi nya tapos nag lakad na kami.

Napangiti naman ako nung nakita ko si justin. Kaya lang tsk biglang nag punta sa harapan ko si DP.

"Ms sulad, tara mag pa face paint tayo" sabi nya tapos hinila na nya ako papunta sa nag faface paint. Napatingin nalang ako kay justin, ang saya-saya nya habang may bitbit syang 2 ice cream. Nung makikita ko na yung kasama nya bigla ba namang.

"Ms Sulad!"

"To na nga oh mag lalakad na" inis na sabi ko

-

"Damn I said butterfly but it looks like a caterpillar" reklamo ni DP

"HAHAHA, sino ba naman kasi yung nagsabi na mag pa face paint ka sa bata HAHAHAHA. ang cute ng butterfly. Mukhang mag eevolve pa lang" Sabi ko sakanya, natatawa pa rin ako kasi ang panget nung face paint nya.

Napatahimik naman ako sa pagtawa ko kasi ang sama ng titig nya saakin. Napasobra ata ako.

"DP tara dun oh sa may photobooth" ako naman yung nag aya sakanya bago pa sya makaisip kung ano yung ipaparusa nya saakin.

Pumasok naman na kami sa loob ng photobooth. Tawang tawa ako kay DP kasi hindi man lang sya ngumiti sa mga pictures. Dahil kasi sa face paint nya.

Nag punta naman kami ngayon sa bilihan ng ice cream yay. Sa wakas.

Nung kukunin ko na bigla nyang iniwas yung apa. Tapos nung kukunin ko na ulit yung apa lang ang nakuha ko. Naasar ako at natutuwa at the same time.

"Ibibigay mo o ipapasara ko tong booth mo!" pananakot ni DP dun sa ice cream vendor. KJ amp.

Nag sorry nalang ako sa vendor at kinuha ko na yung ice cream at umalis na kami.

"Bakit ba gusto mo na pinag lalaruan ka?" tanong nya saakin. Napatingin naman ako sakanya

"Huh, dahil ba dito sa ice cream. DP naman masyado kang kj. Nakakasar kaya este nakaktuwa may entertainment" Sabi ko kay DP.

Hindi naman na nya ako sinagot. Tsk once in a blue moon lang magsalita eh.

Napangiti naman na ako nung makita ko ulit si Justin.

"Justi-"

"Let's go. Gusto ko ng cotton candy" Sabi ni DP saakin. Takte naman oh.

Justin..

"Oh" sabi nya saakin sabay abot nya ng cotton candy

"Akala ko ba gusto mo ng cotton candy?" tanong ko

"Masyado palang matamis" sabi nya

"Cotton candy nga eh! " sabi ko kay DP. Kainis.

Habang naglalakad kami ni DP. Takte puno na ata yung pantog ko. Shota naiihi na ako.

"Dp" tawag ko sakanya.

"Naiihi na ako. Pakawalan mo na ako" sabi ko sakanya.

"Sige babalikan natin sa jailbooth yung key" sabi nya tapos naglalakad na kami pabalik

"DP di ko na kaya. Potek lalabas na" sabi ko sakanya.

"Then go to the bathroom" sabi nya.

"Pano nakaposas nga tayo" sabi ko sakanya Naiihi na ako. Itong DP kasi nato eh. Daming alam pero yung susi nakalimutan. Kung di lang to DP babatukan ko na eh.

"Wala na akong choice, sumama ka na sa cr. Di ko na kayang tiisin to. Kaya hinila ko na si DP papunta sa pinaka malapit na cr.

Pag punta namin sa CR. Ang daming tao. Naka pila pa wah. Ito na yung pinaka malapit pano na to.

Hinila naman na ako ni DP tapos dinala nya ako sa walang ganong tao. Puro mga damo lang yung nandito

"DP anong gagawin natin dito. Ihing ihi na ako" Sabi ko sakanya.

"Dito ka iihi" sabi nya na kinagulat ko.

"DP?"

"Anong gusto mo maihi ka or dito ka iihi?" tanong nya saakin. Hay ano pa nga ba.

"Wag kang titingin" sabi ko sakanya.

"Fine" sabi nya tapos tumalikod na sya.

"DP tapos na" Sabi ko sakanya

"Ok" sabi nya tapos nag simula na kaming mag lakad at sa wakas. Pinakawalan na rin ako ni DP.

Palabas na ako ng campus ngayon. Nakita ko naman bigla si justin.

Ang saya saya nya nga eh. Lalapitan ko na dapat sya kaya lang...

Umalis nalang ako ng school at umuwi na.

Chapter 6

Kasama ko si Justin ngayon. Last day na kasi ng foundation week meaning splash night nanamin mamaya.

Inaya nya ako dito sa music room tapos yun nag pra practice kami.

"Irish"Tawag nya saakin.

Napatingin naman ako kay Justin nung tinawag nya ako.

"Bakit?"Tanong ko sakanya.

"Ayos lang ba yung kinanta ko?" tanong nya saakin.

Napansin nya siguro na parang wala ako sa sarili ko. Iniisip ko kasi yung nakita ko kahapon. Ang sakit kaya. Ang sakit nung nakita ko kahapon. Kainis bakit ko ba kasi nakita yun.

"Ah, oo maganda. Mukhang handa ka na para sa splash night ah" sabi ko skanaya tapos ngumiti ako. Kahit na nasasaktan ako ngayon. Pinilit ko pa rin na umarte ng normal sa harapan nya. Pero baka naman kasi wala lang yun. Nako Irish lahat nalang binibigyan mo ng malisya parang kanang si Milcris nyan eh.

"Medyo kinakabahan lang ako" sabi nya saakin.

"Bakit?"

"Baka kasi di nya magustuhan" sabi nya saakin.

"Ano ka ba, magugustuhan ng lahat ng babae sa campus yang performance mo" Nakangiting sabi ko sakanya. Ngumiti naman sya saakin.

"Sana nga" sabi nya. Tumayo naman na sya sa pagkakaupo nya sa table tapos binaba nya muna yung gitara nya. Tapos hinawakan nya yung wrist ko.

"Tara, Irish samahan mo ako" sabi nya.

"Saan?" Tanong ko sakanya.

"basta" sabi nya saakin. Nakatingin lang ako sakanya habang nag lalakad kami.

"Sana saakin lang sya ganito, sana saakin nya lang to ginagawa".

Yan ang tumatakbo sa isip ko habang nag lalakad kami.

Huminto naman kami sa bilihan ng mga couple merch. Bakit naman ako dinala ni justin dito. Eh lahat ng nag pupunta dito eh mag jojowa. Eh kami MU lang. Wow ako na nag label. Char BFF lang kami.

Pagkatapos nyang bumili ng kung ano ano. Lahat tinatanong nya saakin. Kung maganda ba to. Kung ayos lang.

"Bagay sayo" nakangiting sabi ni justin. Pinasukat nya kasi saakin yung necklace na binili nya. Paheart na diamond yung style nang necklace

Napangiti naman ako sa sinabi nya.

"Ang cute ng teddy bear na black sabi ko habang nakatingin ako sa teddy bear.

" Talaga, tingin mo pag binigyan ka ng ganyan ng lalaki sasagutin mo? "tanong nya saakin.

" Oo basta ikaw. Este depende"Shota nadulas ako dun ah.

Actually ang weird ni justin. Puro ganon yung tanong nya saakin. Aamin na ba sya na may gusto sya saakin yieeee kyahhhh kinikilig ako.

Ok na tong mga nabili natin. Sige mag prapractice lang ako at mag hahanda na sa splash night.

"Sige, samahan nakita"Sabi ko sakanya.

"No, wag na ako nalang. Mag prepare kana para mamaya" Sabi nya saakin. *Tumango tango nalang ako sa sinabi nya ihh. Kyahhh baka kasi kaya ayaw nya akong pasamahin kasi baka malaman ko yung surprise confession nya para saakin.*

Naglalakad na lang ako dito sa campus. Mag aayos talaga ako ng bonggang-bongga para mamaya.

Kinikilig naman ako pag naiisip ko na aamin si Justin saakin mamaya. Grabe anong isasagot ko. Teka nalilito pa ako eh. Oo or yes,kyahhh.

Mga 6pm nandito na lahat ng studyante sa soccer field namin kung saan gaganapin yung splash night. May malaking stage tapos nakapwesto na yung banda dun. Nasa harapan naman ako syempre nakipag sisikan ako toda max.

Well yung mga kaibigan ko nga pala wala sila ngayon sa school. Si pauleen kasi at mj maagang umalis. Si Milcris naman may biglaang emergency.

Tumili naman na yung mga babae dito nung nasa stage na si justin. Napaka gwapo nya sa soot nyang leather jacket. Bagay na bagay sakanya.

Ngumiti naman sya sa mga audience. Tapos nakipag eye to eye contact saakin tapos kumanta na sya.

"I dedicated this song to the girl who is very special to me. This song is for you" sabi nya tapos tapos nag strum na sya sa gitara nya.

Music playing :wonderful tonight by Eric Clapton.

It's late in the evening

She's wondering what clothes to wear

She puts on her makeup

And brushes her long blonde hair

And then she asks me

"Do I look all right?"

And I say, "Yes, you look wonderful tonight"

We go to a party

And every one turns to see

This beautiful lady
Who's walking around with me
And then she asks me
"Do you feel all right?"
And I say, "Yes, I feel wonderful tonight"
I feel wonderful because I see the love light in your eyes
Then the wonder of it all is that you just don't realize
How much I love you
It's time to go home now
And I've got an aching head
So I give her the car keys
And she helps me to bed
And then I tell her
As I turn out the light
I say, "My darling you were wonderful tonight"
"Oh, my darling, you were wonderful tonight"

Napaka gwapo nya habang kinakanta yan. Alam mo yung feeling na ang daming tao sa paligid mo pero sya lang yung nakikita mo.

Natapos naman na sya kumanta kaya tumili ulit yung mga babae na pagkalakas lakas.

"This event is so special to me. Masaya ako na nandito yung babae na nagpapasaya saakin. I want to confess my feelings for her right now" sabi nya habang nakatingin sya saakin.

Sobrang bilis naman ng tibok ng puso ko. Aamin na sya my god. Sayang wala ang aking mga prends . Aamin na si Justin oh.

"Will you be my girlfriend Jen Fajardo"

"Will you be my girlfriend jen Fajardo"

Paulit-ulit yan sa tenga ko. Parang gusto kong mabingi ngayon palang. Pagkatingin ko sa likod ko. Andun si jen. Nasa likod ko sya. Tapos naalala ko nung nakita ko sila kahapon. Sya nga yun si jen.

Nakangiti si jen ngayon habang pinagmamasdan nya si justin. Umakyat naman sya sa stage tapos kinuha nya yung mic at nag salita sya.

"Yes"

Ang sakit. Habang nakatingin ako sk nakatingin pala sya sa iba.

Parang gusto ko mabulag at mabingi ngayon. Nagulat naman ako nung may nagtakip sa mata ko.

"Kung nasasaktan kana. Bakit tinitingnan mo pa?" Tanong nya saakin.

Kahit hindi ko sya nakikita. Kilala ko sya.

"DP, ok lang ako".

DP's POV

Ito yung kinakatakot ko, sa buong buhay ko ngayon lang ako may kinatakutan at yun ay ang makita mo. Kanina ko pa tinatago sayo to dahil ayaw kitang makita na nasasaktan dahil sakanya. Pero kailangan mong makita to para malaman ang totoo nyang halaga para sayo. Sorry I think this is my turn to be her man, And I will promise to do everything that I can to win her heart because I know she deserves better, someone….. Someone like me.

Chapter 7

Ang sakit. Sobrang sakit nung nangyari nung splash night. Akala ko pa naman yun na ang magiging pinaka masayang gabi ko. Akala ko lang pala.

May mga nga bagay talaga na hindi natin inaasahan na mangyayari, minsan nasa harap na natin ang sagot pero mas pinili natin na magbulag bulagan para di ka na masaktan.

After nung confession nung dalawa. Hindi ko na kinaya natapusin yung performance ni justin. Umalis na ako kasama ni DP.

Andito kami sa isang bench. Wala namang studyante dito. Kasi lahat ng studyante andun sa concert ni justin.

Iyak lang ako ng iyak ngayon. Sino ba naman kasing nagsabi sayo na mag expect ka. Si Justin magugustuhan ka?. Sinabi naman na sayong imposible pero naniwala ka parin na posible.

"Gusto kong magalit sakanya pero wala akong magawa. Kasalanan ko rin naman eh" Sabi ko kay DP.

"Kasalanan mo?".

"Oo, binigyan ko kasi ng malisya lahat ng ginagawa nya para saakin. Naging feelingera at assumera ako tingnan mo yung ending"Sabi ko kay DP.

" Wala kang kasalanan. Sya yung nag bigay ng motibo tapos hindi naman nya kayang panindigan".

"wala naman syang binigay. Umasa lang ako" Sabi ko kay DP.

"Hay sumugal kasi ako kahit alam kong talo eh" Sabi ko kay DP.

Nagulat naman ako nung yinakap nya ako.

"You can cry all you want. Isipin mo lang na parang isa akong unan"Sabi nya saakin. Mga ilang minuto din kaming nag stay sa ganong position.

"Follow me Ms Sulad if you don't, I will punish you " Sabi nya saakin.Humiwalay naman na sya sa pagkakayakap saakin tapos tumayo na sya sa pagkakaupo nya.

Kahit ayaw kong mag share sakanya wala akong choice. Wala naman sila Milcris dito. Hindi ko tuloy alam kung kanino ko to sasabihin. Buti nalang andito si DP.

Naalala ko yung mga tinanong nya saakin.takte akala ko para saakin yun. Para pala lahat yun kay jen. Tinulungan ko pa ha.

Ang sakit talaga. Parang nabuhusan ako ng malamig na tubig nun. Habang pinagmamasdan ko sila. Narealize ko na bagay na bagay sila. Eh sino ba naman kasi ako. Sila din yung nakita ko nun, nung pauwi na ako.

Pinilit ko pa rin na wag maniwala kahit na nasa harapan ko na yung katotohanan.

Ang sakit talaga. Sobra- sobra. Hindi ko akalain na masasaktan ako ng ganito ni justin. Feeling ko niloko ako kahit hindi, aishh. Lakas lang maka traitor ni Olivia rodrigo.

Bakit naman ganito ang sakit talaga.

Justin bakit ka naman ganito.

Ang sakit mong mahalin.

Kasalukuyan akong nakasunod kay dp, hindi ko alam kung saan sya papunta, mas nauna syang mag lakad saakin kaya nakasunod lang ako sa likod nya, tumigil naman ako sa paglakad kasi parang ang layo nanito sa crowd pero nasa loob parin naman ito ng campus

"Dp san ba talaga tayo pupunta?" tanong ko sakanya.

Napahinto naman sya sa paglakad at tumingin saakin.

" Diba sabi mo saakin gusto mong magalit, well pupunta tayo sa isang lugar na kahit ilabas mo lahat ng hinain mo sa mundo, walang *makakarinig sayo kundi ang sarili mo"Sabi nya saakin tsaka sya nag lakad ulit.*

Napatahimik naman ako sa sinabi nya at sumunod nalang.

"So, andito na tayo" Sabi nya saakin.

Wow, wala akong masabi. Part pa din to ng campus pero wala nang ganong studyante na nag pupunta kasi medyo malayo. Sa tagal ko sa school nato ngayon ko lang nalaman na may ganitong klaseng lugar pala dito.

Isang napakalawak na soccer field, as in napaka lawak. Tanging mga kuliglig lang ang maririnig mo at malamig na ihip ng hangin.

"So, Ms Sulad you may shout all your problems here" Sabi nya saakin.

"Huh?" Patanong na sabi ko sakanya.

"Diba kaya nga tayo pumunta dito is para masigaw mo lahat ng gusto mong ilabas na sakit dahil sakanya. Now you may. Don't worry hindi ako makikinig" Sabi nya saakin.

At for the first time ang Disciplinary president namin na akala mo pinanganak ng friday the 13th. At akala mo pasan lahat ng problema sa mundo, ay nakangiti ngayon sa harapan ko.

Wait, sya ba talaga yan. Kahit medyo madilim dito kitang kita ko padin yung ngiti nya.

Teka, wait bakit ganito feeling ko ang importante para sakin yung ngiti na yun. Hayy mali to feeling ko nag tataksil ko kay Justin.

Huh?, nagtataksil bakit naman wala namang kami hay nako umadar nanaman yung pagiging feelingera ko.

Lumakad naman ako ng konti palayo kay dp, tapos huminga ako ng malalim.

"WAHHH, LINTIK KA JUSTIN AKALA KO PARA SAKIN LAHAT YUN, AKALA KO PARA SAKIN LAHAT NG BINILI MO AT LAHAT NG GINAWA MO. YUN PALA PARA SAKANYA, BAKIT JUSTIN BAKIT SYA. BAKIT HINDI NALANG AKO, MAY NAKITA KABA SAKANYA BA WALA SAKIN. MAS MAGANDA BA SYA, MAS MAPUTI, MATALINO, MAGANDA BOSES!! "Sigaw ko sabay pag patak ng libo-libong luha galing sa mga mata ko. Sobrang bigat ng nararamdaman ko ngayon as in. Sobrang sakit.

" PERO KAHIT GANUN JUSTIN, GUSTO PA DIN KITA MAHAL PA DIN KITA, ANG UNFAIR MO. BAKIT HINDI KO KAYANG GAWIN SAYO YUNG GINAGAWA MO SAAKIN, ANG SAKIT MO NAMANG MAHALIN JUSTIN!!"

"PERO, SINO BA DAPAT YUNG SISIHIN, KANINO BA DAPAT AKO MAGALIT, SINO BA YUNG UMASA, SINO BA YUNG NAFALL. NAKAKAINIS. ALAM MO JUSTIN ANG

MAHIRAP SA LAHAT NGAYON. KAHIT GUSTO KONG MAGALIT SAYO WALA AKONG MAGAWA, KASI WALA KA NAMANG GINAGAWANG MASAMA. HINDI MO ALAM NA NASASAKTAN MO NA AKO SA MGA GINAGAWA MO. ANG SAKIT SOBRA, KASI FEELING KO NILOKO MO AKO KAHIT HINDI!!"

"WALA AKONG KARAPATAN MAGALIT SAYO, KASI BAKIT, SINO BA AKO. EH MINAHAL MO LANG NAMAN YUNG BABAENG PARA SAYO. PINILI MO LANG NAMAN KUNG SINO YUNG MAKAKABUTI SAYO. KAYA SINO BA NAMAN AKO PARA HADLANGAN KA, WAHH NAKAKAINIS!!

"Sigaw ko, tama si dp medyo gumaan nga yung pakiramdam ko. Hayy, kahit papano nabawasan yung sakit na nadadama ko.

"So, ano ok kana?" Tanong sakin ni dp.

Napatingin naman ako sakanya. tapos ngumiti ng konti.

"Oo, kahit papano gumaan na yung nararamdaman ko"Sabi ko sakanya.

"Great, so tara na, baka hinhanap na nila tayo" Sabi nya saakin, nauna na syang maglakad kata sumunod na ako sakanya.

Pag balik namin sa pinag gaganapan ng splashnight, bigla akong kinabahan.

Please lord ayoko silang makita, wag nyo silang ipaki-.

"Irish" Napatingin naman ako kay Justin. Oo sya, napadaan sya sa harapan namin ni dp. Shocks, nanginginig ako ngayon, feeling ko anytime babagsak na yung luha ko.

"H-hi justin" Bati ko sakanya tapos pilit akong ngumiti sa harapan nya.

"Grabe thank you sayo, kami na ni jen. Kung di dahil sayo baka hindi nangyari to. Grabe I'm so happy I owe you once" Sabi nya saakin, habang nakangiti na abot tenga. Mukhang masaya talaga sya.

Kahit masakit para sakin, ok lang, nakikita ko namang masaya sya eh, kaya masaya na rin ako para sakanya.

"Hi Justin"

Oh, shet you know kung sino sya. Sino paba malamang yung gf ni justin. Grabe ka lord trip mo talagang saktan ako ngayon no.

"hi jen, so this is Irish. The one who helped me to make this proposal possible" Nakangiting sabi ni justin kay jen. Kaya syempre Etong si Jen Napatingin sakin at ngumiti.

"Oh, thank you Irish hayy buti tinulungan mo tong boyfriend ko" Sabi ni Jen sakin.

Aray, ang sakit nung huling kataga na binitawan nya sakin"boyfriend ko". Hanggang kaya ko pigilan yung luha ko. Pipigilan ko pero feeling ko babagsak na sila anytime soon.

"Will you excuse us, kailangan nang umuwi ni Ms Sulad" *Biglang singit ni dp.*

"Oh, dp andyan ka pala. Sakto may makakasama na si irish" *Sabi ni justin kay dp.*

What justin, bakit feeling ko pinapamigay mo ako. Ganun ba talaga ako kadaling bitawan para sayo?.

"Irish, mabait yan si dp, di ka nyan sasaktan" *Sabi ni justin saakin.*

"Mr alvarez, hindi ako mabait pero tama ka" *Nagulat naman ako sa sagot ni dp. Well lahat kami nagulat.*

"Huh?" *pa tanong na respond sakanya ni justin.*

"I will never hurt her" *Nakanganga lang ako ngayon kasi naman. Teka nga sincere ba to. Or in act lang?. Hindi eh parang seryoso si dp.*

Speechless naman kaming lahat sa sinabi nya. Hindi pa din nag sisink in sa utak ko yung sinabi nya hanggang sa hinila na nya ako palayo dun.

"BITCH!!!" *napalingon naman ako sa likod ko. Si milcris teka bat andito to.*

"I called her nung asa jailbooth tayo"*Sabi nya saakin.*

"Eh? "yan lang yung naisagot ko kay Dp.

"Para may kasama ka na umuwi, kargo pa kita pag may nangyaring masama sayo" Sabi saakin ni dp.

"I have to go, I have a emergency meeting" Sabi nya saakin tapos naglakad na sya paalis

"Nangyari bitch bat sya kasama mo. Grabe ka nawala lang ako saglit change of feelings na kaagad ah" Pabirong sabi sakin ni milcris

"Sira, sinamahan nya lang ako" Sabi ko sakanya.

"Bakit ka naman nya sasamahan aber?" Tanong nya saakin.

"At talagang magtatanungan lang tayo dito ano to QandA lang sa Ms Universe?" Tanong ko kay Milcris.

"Ikwento mo na, spill sis" Pamimilit nya saakin.

Napahinto naman ako, at naalala ko kasi kung pano sya napapunta ni dp dito eh ubod ng katamaran tong babae nato.

"Sandali lang bitch may tanong ako?" Tanong ko sakanya.

"Huh, ano yun?"

"Well, I tatanong ko lang kung paano ka napapunta ni dp dito?" Tanong ko sakanya. Natawa naman ako masi bigla syang namutla at

nag iwas ng tingin saakin. Hmm mas lalo talaga akong nacucurious.

"Ano-ano yun kasi-, teka nga ikaw yung topic eh bakit ako tinatanong mo aber?" Tanong nya saakin.

Sabi ko nga eh, akala ko makakalusot, ayaw ko na sana mag kwento kaya lang. Hindi ako makakatakas sa best friend ko kasi di nya ako tatantanan lakas maka mike enriquez.

" tara, may malapit na ice cream parlor dun tayo mag usap"Sabi nya sabay hila hila sakin.

Hayyy, itong araw na to ang full of surprises, ito yung surprise na hindi ko gusto.

Well ang natutunan ko ngayong araw ay...

" Never assume, never expect, less heartache".

Chapter 8

Asa ice cream parlor kami ni milcris ngayon,sakin ay chocolate ice cream habang sya, halos lahat ng flavors hay nakakahiya talaga tong babae nato kahit minsan.

"So ano na ang ganap,bakit sya ang kasama mo at hindi si justin?" tanong nya saakin.

"Kasi nga eto yun,may gf na si justin" walang gana kong sabi sakanya sabay subo ng ice cream.

" Huh!!" sigaw nya,pinadilatan ko naman sya ng mata kasi sumigaw ba naman with matching may pahulog pa ng kutsara galing bibig.Napatingin tuloy lahat ng tao dito saamin, hayy mababatukan ko yung babae nato eh.

"Paki hinaan naman,nakakahiya ka.Oo na may gf na sya" paguulit ko.

"P-pano at kailan?" sunod sunod na tanong nya saakin

"Isa isa lang kasi,kanina nung splash night dun lang naging sila" sabi ko kay milcris na napatango tango pa.

"Woii,maiba ako akala ko ba tinatamad ka tas bigla kang andito?" tanong ko sakanya

"Yung dp na yan ang may kasalanan takutin ba naman ako na tanggalin yung scholarship ko pag di kita sinamahan,hayy " paliwanag nya ,ayun naman pala.Scholar kasi kami dito nila pau at sila dp ang may ari kaya pwede nya nga tanggalan ng scholarship si milcris dahil kota to sa log book ng school sa dami ng violations.

"Pero nasa kanya na yung boto ko,dp na sayo na ang basbas" sabi ni milcris at may pataas taas pa ng kamay sa langit kahit kailan talaga eh nakakahiya yung babae na to.

"Woi ibaba mo nga yan kahit kailan talaga nakakahiya ka!" sabi ko kay milcris tapos binaba na nya yung kamay nya.

"Pero bitch, seryoso ok ka lang ba?" tanong nya saakin.

Napa buntong hininga naman ako at napasandal ako sa inuupuan ko,hindi ko kasi maintindihan yung nararamdaman ko,masaya ako kasi masaya sya pero at the same time

syempre masakit kasi hindi ako yung dahilan kaya sya masaya.

-

Mga 1-week na rin simula ng splash night. Umiiwas na ako kay Justin simula nun. Natatakot na kasi ako na mafall sakanya lalo eh hindi naman nya kasi ako sinasalo.Nag decide lang ako na mag move on na para sa ikabubuti ng lahat,wala naman kasing sense kung itutuloy ko pa.Bakit pa ako susugal eh alam ko naman na may nanalo na.

Halos lahat ng pag iiwas na kaya ko ginawa ko na.Hay pero ang hirap mas lalo na kung sya yung lalapit nako tukso layuan mo ako,kailangan kong panindigan yung pangako sa sarili ko na ako muna.

Recess nanamin ngayon. Kasama ko ngayon si DP. Lagi nalang sya yung kasama ko dati si Justin.Sila milcris kasi naging busy na dahil member sya ng theater club tas si pau syempre kasama nya si mj.

Gusto ko pa din naman si justin. The thing is,masakit pa kasi lalo na kapag nakikita ko sya. Naiinis lang ako lalo sa sarili ko pag nakikita ko silang dalawa. Na masaya. Dapat ako yun eh,pero anong magagawa ko,pag pinilit ko ako din yung matatalo sa huli kasi pinilit ko kahit hindi na dapat.

Hayy ang complicated pala na mainlove lalo na kapag nainlove ka sa taong alam mo na di mapapasayo.

"Aren't you going to eat?" tanong saakin ni DP, natauhan naman ako at tinuon nalang yung buong pansin ko sa pagkain ko.

Agad naman akong napatago sa ilalim ng lamesa nung nakita ko si justin at jen na naglalakad papunta sa direksyon namin,hay ilang araw na ako ganito kainis naman oh.

"Hey"

"Ay tipaklong!" gulat kong sabi. Inis naman akong napatingin kay dp na nakasilip saakin.

Napakunot naman yung noo ko kasi napa iling iling sya sa harap ko.

"Bakit?" tanong ko sakanya

"Wala na sila" bulong nya saakin kaya lumabas na ako sa ilalim ng lamesa.

"Irish ,nakita din kita" halos himatayin ako sa gulat nang magsalita mula sa likod ko si justin.

Sinamaan ko naman ng tingin si dp,yung tingin na parang sinasabi na akala ko wala na sya.Pero itong lalaki nato hay ba naman ,nag iwas lang ng tingin hay ,nakakainis iniiwasan ko nga yung tao hayy pano na to.

Humarap naman ako kay justin tapos pilit akong ngumiti sa harap nya.

"Hahaha,justin ikaw pala".

"Nangyari sayo bakit pag lalapit ako sayo bigla ka nalang iiwas,tell me may problema ba?" tanong nya saakin.

Shet anong sasabihin ko.sumimple naman ako ng tingin kay dp pero nag cecellphone lang sya at walang balak na tulungan ako grabe kinakabahan ako,irish isip kung anong dahilan pwede hayy.

"Walang problema justin ano kaba, m-masyado lang akong busy" dahilan ko.

"Sige na justin baka hinahanap kana ni jen" sabi ko sakanya tapos umalis na sya sa harapan ko.

Diba ang galeng sanaol jen. Kasi pagkasabi na pagkasabi ko palang na kay jen na sya kaagad.

Pagkaupo ko agad kong sinamaan ng tingin si dp.

"Bakit mo ginawa yun,alam mo naman na iniiwasan ko yung tao diba!" inis kong sabi sakanya

"Ginawa ko yun para matulungan ka Ms sulad kasi pinapahirapan mo lang yung sarili mo sa ginagawa mo" sabi nya saakin.

"Hindi ko kailangan ng tulong dp,kasi mas lalo mo lang akong pinahamak,tingnan mo hay nahalata tuloy ni justin na umiiwas ako" sabi ko kay dp.

"Hindi mahahalata kung hindi mo ipapahalata act normal ms sulad kasi kung iiwas ka nalang lagi ikaw pa din yung talo,wag mong ipahalata na nasasaktan ka,kung nasasaktan ka pag nakikita mo sila, don't worry you have me"Seryosong sabi nya saakin.

Napatingin naman ako sakanya ng seryoso. Parang na bigla naman sya sa sinabi nya at nag iwas ng tingin saakin.

"You have me as a friend,and ms sulad, hayaan mo na masaktan ka ng lubusan ngayon para bukas ok na,kasi kung iiwasan mo lang akala mo wala na pero andyan papala,you need to learn to endure the pain hanggang sa tuluyan nang mawala yung sakit" sabi saakin ni dp.

"Bell na,go to your perspective room ms sulad" sabi saakin ni dp tapos umalis na sya sa harapan ko.

Wow,grabe si dp ang hugot mas malalim pa sakin,nainlove na ba yun ,grabe maka advice eh parang naranasan nang mainlove.

-

Nasa art club ako ngayon may meeting kasi kami ngayon. Edi syempre andito si Justin.

"Yun lang, meeting dismissed" sabi nung president namin. Kaya tumayo naman na ako sa upuan ko.

"Irish may problema ba? "tanong nya saakin. Napahinto naman ako sa paglakad ko.

" Wala naman, nagmamadali lang ako ngayon"Sabi ko kay Justin.

"Irish yung totoo,do we have a problem?" tanong nya saakin Humarap naman ako sakanya tapos pinilit kong ngumiti.

"Justin wala ok" sabi ko sakanya

"Bakit ka umiiwas kung wala?" tanong nya saakin.

"Bakit justin may pag uusapan ba tayo?" tanong ko sakanya.hindi naman sya nakasagot sa tanong ko

"Hindi ako umiiwas justin,at isa pa may girlfriend kana ang pangit naman tingnan kung lagi akong nakadikit sayo diba?" sabi ko sakanya at nauna na akong lumabas sa art room.

Pagkalabas ko ng art club. Umiyak na ako. Ang sakit pa rin kasi ako eh. Umasa kasi ako. Sobrang sakit lang na ako nasasaktan tapos sya wala lang.

"Umiiyak ka nanaman?"

Napa tingin naman ako sa nag salita, si DP pala.

"Wala to" Sabi ko sakanya tapos naglakad na.

"Bakit ka laging andyan pag umiiyak ako DP?" tanong ko sakanya.

"Coincidence lang yun. I'm just always seeing you crying" Sabi nya saakin.

Di na rin masama na kasama ko si DP lagi. Nagiging komportable na rin ako . Masaya kasama si DP kahit madalas syang seryoso.

Di nga ako makapag joke sakanya eh.

"Hatid na kita pauwi. Delikado na, anong oras na din" Sabi saakin ni DP.

"Sige" sagot ko sakanya.

Pagpunta namin sa parking lot. Nag umpisa nanaman na sumikip yung dibdib ko sa nakikita ko.

Jen kissed Justin on his cheeks. Tapos nag yakapan pa sila.

Napatingin naman ako kay DP nung hinawakan nya yung kamay ko.

"let's go" bulong nya saakin.

Pagkasakay namin sa kotse. Hindi ko maiwasan na hindi maiyak. Ang sakit talaga eh.

Pinaandar naman na ni DP yung kotse nya at umalis na kami.

"DP, lagpas na to sa bahay namin" Sabi ko kay DP

"I know, may dadaanan lang tayo" sabi nya saakin. Pumirme naman na ako sa upuan ko.

Huminto kami sa isang lugar na walang ganong tao. Naglakad naman na kami. Stress wall. Andito kami sa stress wall.

Sa harapan namin may isang mahabang lamesa. May nga Plato. Tv baso ang nakapatong dun

"Anong ginagawa natin dito?" tanong ko sakanya.

"To release your stress" sabi nya saakin. Kumuha naman sya ng Plato at hinagis yun sa wall.

"Just like that" Sabi nya saakin.

Kumuha naman ako ng Plato tapos hinagis ko na yun sa wall. Parang gumaan nga yung feeling ko. Kaya yun nag hagis ako ng ng nag hagis

"Para to sa feelings ko kay justin".

"Para to kay jen".

Hindi ko na mabilang yung mga hinagahagis ko. Lahat na ata eh.

Ang pinaka huli ko namang hinagis, isang TV.

"Ahmm irish awat na. Naubos mo na lahat eh" Pag aawat saakin ni DP.

Malaki din yung naitulong nito kasi kahit papano nabawasan yung bigat na nararamdaman ko.

Pagkatapos kong mag labas ng sama ng loob hinatid na ako ni DP sa bahay namin. Patay 7:30 na ang sabi ko kay lola 6 ako uuwi.

Pag pasok ko sa bahay. Kinakabahan ako baka kasi pagalitan ako eh

"Irish nakauwi kana pala" Bati ni lola saakin.

"Hehehe Oo nga po. Sige mag papalit na ako ng damit"

"Sige. Bilisan mo at kakain na tayo" sabi ni lola at umalis na sya sa harapan ko

Himala di nagalit si lola. Hindi talaga sya nagalit. I love you lord.

"Ay teka parang sira na ata yung relo bakit 6 pa rin" sabi ni lola at tumingin sya sa orasan. Kaya naman pala di ako napagalitan. Akala ni lola 6 pa rin. Wala napalang battery yung wall clock

"Lola ano ka ba, gumagana kaya. Gumagalaw nga oh" sabi ko sakanya.

"Hindi eh parang hindi" pilit ni lola.

"Nako lola ,gumagana po,tara na sa kusina naamoy ko na yung niluto nyo ang bango" sabi ko kay lola tapos hinila ko na sya sa kusina.

Chapter 9

" Buti pinapansin mo na ako ngayon" Nakangiting sabi ni justin saakin

"Busy lang talaga ako nun" Sabi ko sakanya

Oo kinakausap ko na sya dahil isa akong dakilang marupok,kasi tama si dp kung iiwas ako mas lalo ko lang pahihipan ang sarili ko,imbes na mawala yung sakit kasi mas lala pa yun.hayy tiisin ko na lang yung sakit hanggang sa mawala.

"Busy, hmm lagi nga kayo magkasama ni DP eh. Anong meron sainyo?" nakangiting tanong nya saakin.

"Wala. Magkaibigan lang kami. Teka nga. Bakit di mo ata kasama si jen ngayon?" tanong ko sakanya . Sumeryoso naman sya. Bigla ding lumungkot yung expression nya.

"Nagkaroon kami ng misunderstanding. Kaya yun hindi ko pa sya nakakausap" Sabi nya saakin.

"hay,ang hirap nyang intindihin, ginawa ko naman lahat bakit ganon hayy" dagdag pa nya sabay gulo sa buhok nya.mukhang apektado talaga sya sa away nila ni jen.

"Justin, ang problema hindi pinapatagal yan. Kailangan nyo yan pag usapan. Ipaliwanag mo yung side mo" Sabi ko sakanya. Diba ako na ang pinaka tangang tao sa mundo. Kasi pinag lalapit ko pa sila ni Jen instead na pag hiwalayin sila.Mas masasaktan kasi ako pag nakita ko syang nasasaktan,alam ko kung gaano kamahal ni justin si jen ,at hinding hindi ako gagawa ng paraan para masira sila.

Sabagay mas masaya naman ako na masaya si Justin na kasama nya si jen. Kaya magiging masaya na rin ako kahit masakit.

"May point ka" Sabi nya saakin.

"sige, kakausapin ko na sya" Sabi nya saakin.

"Teka nga, umamin ka saakin. Magkaibigan lang ba talaga kayo ni dp?" tanong nya saakin ulit

"Oo nga" Sagot ko sakanya.

Justin wag mo na akong ipagtulakan sa iba. Ikaw lang naman yung gusto ko eh. Bakit mo ba ginagawa saakin to.Ganyan ka ba talaga ka manhid, talaga bang hindi mo nararamdaman na sobra mo na akong nasasaktan?.

"Bagay kayo. Kung man liligaw sya sagutin mo na ah" Sabi nya. Nasaktan naman ako sa sinabi nya. Ang sakit mo naman justin.Sa lahat ng sinabi mo justin ito ang pinaka masakit.kasi ikaw ang gusto ko.Ikaw ang mahal ko pero pinapaubaya mo ako sa iba.

"Sige,aalis na ako balitaan mo nalang ako Kung ano na yung nangyari sayo ni jen" Sabi ko sakanya tapos nilagpasan ko na sya.

Tapos umiyak na ako. Napatakip nalang ako ng bibig tapos umiyak ako ng umiyak. Ang sakit naman talaga eh.

-

"Iwasan mo na sis kung nasaskatan kana" Sabi saakin ni Milcris.

"Hindi ko kaya eh" sabi ko. Magkasama kami ngayon ni Milcris nag lalakad na kami pauwi.

"Kaya mo, pero ayaw mo lang" Sabi nya saakin.

"Kakayanin ko" Sabi ko sakanya.

"Pero, hindi pa naman huli ang lahat Irish. Di pa naman sila kasal" Sabi nya saakin.

"Teka nga, akala ko gusto mo na akong mag move on?" tanong ko kay Milcris

"Eh, nagsasabi lang naman ako ng facts" sabi nya. Napailing nalang ako. Ewan ko ba sa kaibigan ko. Hung hang din eh.

Habang nag lalakad kami ni Milcris . Biglang sumulpot si Justin sa harapan namin.

Nagulat naman ako nung bigla nya akong yinakap.

OO YINAKAP NYA AKO. unti unti namang bumilis yung tibok ng puso ko dahil sa ginawa nya.

"Irish, thank you bati na kami ni jen" Masayang sabi nya saakin. Kaya naman pala.

Habang sya masaya. Ako naman nasasaktan unfair no. Pero wala naman akong choice eh. I can't force him to love me.

"M-masaya ako na bati na kayo ni jen" Sabi ko habang pinipigilan kong umiyak.

Humiwalay naman sya sa pagkakayakap saakin.

"Pwede mo ba akong samahan?" tanong nya saakin

"Saan?".

"I want to surprise her. Samahan mo akong bumili ng mga gagamitin natin" Sabi nya saakin.

Dahil nga marupok ako. Oo na ako na yung dakilang marupok. Pumayag na ako.

Namimili naman na kami ni justin ng mga gagamitin para sa surprise nya. Bumili kami ng mga gift at kung ano ano pa.

Andito naman na kami sa venue kung saan nya isusurprise si jen. Nag aarange ako ng mga balloons tapos kinalat ko yung mga petals ng rose sa dadaanan ni jen

andito kami sa place kung saan ako dinala ni dp nung naging sila ni jen sa splash night, wala akong maisip biglaan kasi eh

Ang sakit nito sa totoo lang. Sana ako nalang si jen. Ang swerte nya kasi nag eeffort si justin ng ganito.

Natapos kami ni justin mga pagabi na kaya ang ganda. Kasi nag lagay pa kami ng mga ilaw-ilaw tapos may na kalagay na

"I'M SORRY JEN" sa isang card board

Ako pa gumawa nyan ah.

"Irish pa dating na si jen"Sabi saakin ni justin. Kaya according to plan. Pumunta na ako sa likod para mag play ng music.

Yung kanta na to. Sabi ko para saamin sana to kaya lang kinanta nya para sa iba.

Music playing: forevermore by side a

" There are times when I just want to look at your face

With the stars in the night

There are times when I just want to feel your embrace

In the cold night"

Kumanta na si Justin Pagka pasok ni jen. Sobrang ganda nya. Walang duda kaya sya nagustuhan ni justin.

Ang sakit naman nito sobra,kasi lahat ng to as in lahat ,iniimagine ko na ginagawa para saakin ni justin,pero tingnan mo,ang galing talaga mag laro ng tadhana sa iba pala nakalaan lahat nang pinalano ko para saamin.

"I just can't believe that you are mine now

You were just a dream that I once knew

I never thought I would be right for you

I just cant compare you with anything in this world

You're all I need to be with forevermore.

All those years, I've longed to hold you in my arms

I've been dreaming of you

Every night, I've been watching all the stars that fall down

Wishing you would be mine

I just cant believe that you are mine now

You were just a dream that I once knew

I never thought I would be right for you

I just cant compare you with anything in this world

You're all I need to be with forevermore

Time and again

There are these changes that we cannot end

As sure as time keeps going on and on

My love for you will be forevermore

Wishing you would be mine

I just cant believe that you are mine now

You were just a dream that I once knew

I never thought I would be right for you

I just cant compare you with anything in this world

As endless as forever

Our love will stay together

You're all I need to be with forever more

(As endless as forever
our love will stay together)
You're all I need
To be with forevermore…"

I guess tapos na ang papel ko dito.

Naiyak naman ako nung nakita ko silang nag sslow dance. Tumalikod naman na ako at umalis na.

Ang sakit sobra.

Napahinto naman ako nung may tao sa harap ko. Tumingala naman ako para makita sya.

Si... si DP

Nagulat ako kasi bigla nya akong yinakap.

Umiyak na ako sa dibdib ni DP. Mukhang kailangan ko to ngayon.

Ang sakit talaga sobra. Bakit kasi sya pa eh.

"I'm already here, stop crying, he is not worth it to cry for, so wipe your tears". Sabi nya saakin, pero wala pa ding tigil ang luha ko sa pag tulo.

"From now on Ms sulad you're not allowed to cry over him, pag umiyak ka parin ng dahil sakanya. I will detention you until you realize your worth".

"Stop doing this ms sulad, stop torturing yourself".

Kahit anong sabihin ni dp saakin wala din.lutang na ako kasi paulit ulit nag rereplay sa utak ko kung paano mag slow dance sila jen sa harapan ko.

"DP,pakiusap...ilayo mo na ako dito" pakiusap ko sakanya tapos dahan dahan akong tumingin sakanya.

"Your wish is my command, Ms Sulad "sabi nya saakin tapos hinawakan nya yung kamay ko at umalis na kami sa lugar na nato.

Chapter 10

Lunch ngayon at ang kasama ko si dp,lagi namang ganito eh kasi si justin nakikita lang ako pag may away o problema sila ni jen eh.

"Hahaha dp ang pangit mo dito"sabi ko sakanya habang pinapakita ko pic nya sa phone ko nung bata sya, kasi yung itsura nya sa picture sinusubuan sya nung mama nya.

"it's not ugly ,its cute" pag proportesta nya.

"Hahaha sige sabi mo eh" sabi ko sakanya tapos nag scroll ulit ako sa phone ko.

"Irish" napatingin naman ako sa tumawag sakin si justin.Napakunot naman yung noo ko kasi bakit parang bad trip sya ,nag away nanaman ba sila ni jen?.Anong meron?.

"Bakit?" tanong ko sakanya

"Pwede ba kita makausap?" tanong nya saakin.

"About what?" tanong ko sakanya.

"Please?".

Napahinga naman ako nang malalim tapos sumagot.

"Fine,sige" pag payag ko sakanya tapos tumayo na ako sa kinauupuan ko.

"Hindi pwede,kung may problema kayo ng girlfriend mo ,ayusin nyo hindi yung nandadamay pa kayo ng iba.Hindi na tayo mga bata" napatingin naman ako kay dp at pinandilatan sya ng mata dahil sa sinabi nya.Pero tiningnan lang nya ako at tumingin ulit ng seryoso kay justin.

"Sino kaba para pag bawalan sya,you don't own her so back off" galit na sabi ni justin kay dp.Napangisi naman si dp tapos tumayo na sya sa kinauupuan nya at nag lakad papunta saamin ni justin.

"Yes Mr Alvarez you are right I don't own her,pero alam ko kung ano ang makakabuti sakanya at yun ang malayo sayo" nagulat naman ako sa sinabi ni dp. Teka bakit ba kayo nag aaway dahil saakin ba,hindi no malabo sobrang labo.

"Aba,siraulo ka ah!" galit na sabi sakanya ni justin.

"Justin ano ba!" pag awat ko sakanila.

"Sino ka para sabihin yan,I'm her best friend you bastard!" sigaw ni justin kaya oo,tama po kayo ng iniisip.Center of attraction na po kami ngayon.

Disciplinary president ba naman at heartthrob ng school yung nag aaway eh.

"Best friend Mr alvarez,pero kung maka arte ka akala mo girlfriend mo si ms sulad.Come on Mr alvarez niloloko mo lang ang sarili mo,just admit it bastard" sabi ni dp sakanya tapos naglakad na sya paalis kaya nag hawian yung studyante sa gitna para makadaan si dp.

Ano yung ibig sabihin ni dp, ano ba yan ang gulo di ko gets.

Bumalik naman ako sa realidad kasi hinila ako ni justin palayo sa mga tao.Andito kami sa walang ganong tao,andito kami sa soccer field ng school

"Bakit ,tungkol ba kay jen?" tanong ko sakanya.

"Oo,nag away kami uli-".

Napapikit nalang ako sa inis hayy nanaman.

"Lintik naman justin,kung ano man ung problema nyo ni jen ayusin nyo,tama si dp eh hindi na tayo mga bata kaya ayusin nyo yan!" Inis kong sabi sakanya tapos tumalikod na ako para mag lakad paalis.

"Nag bago kana talaga" napahinto naman ako sa sinabi ni justin.

"Binago mo ako justin,binago nyo ako" sabi ko sakanya tapos tuluyan na akong nag lakad paalis.

1 year and 7 months later...

1 year and 7 months na ang nakalipas. grade 12 na kami at ngayon din ang graduation namin .Hay grabe ang bilis college na agad.

Sa loob ng 1 taon ,si dp andyan sya para saakin hindi nya ako iniwan.may loveteam na nga kami eh,oo binuo ni milcris jcrish daw hahha siraulo talaga yung babae na yun, kung ano ano nabubuo eh.

Si DP naman andyan sya lagi pag kailangan ko ng taong masasandalan andyan sya.

Graduation nanamin ngayon. College na ako. Hindi ako makapaniwala. Sa wakas makakaalis na rin ako sa trapped na ako din ang gumawa.

"Irish mamimiss kita" Sabi ni pauleen, tapos yinakap nya ako.

"Ako din pau" Sabi ko sakanya tapos yinakap ko sya.

"Irish wag mo kaming ipagpapalit ah" Sabi ni Milcris na nakayakap na rin saakin.

"Naman. Kayo pa makakalimutan ko syempre oo" Sabi ko sakanila.

"Char. Hindi promise. Ingatan nyo yung sarili nyo ah" Sabi ko sakanila. Nag yakapan naman na kami ulit.

Humiwalay naman kami sa pag yayakapan. Umalis na rin sila pau at mc.

Si lola naman ng cr lang. So ako lang mag isa ngayon.

Napahinto naman ako nung makita ko si justin.

"Irish" Nakangiti sya habang palapit saakin. weird lang kasi dati pag tinatawag nya *yung name ko. Halos mamatay ako sa kilig pero ngayon parang wala na.*

"Congrats" nakangiting bati nya saakin.

"Congrats din justin" bati ko sakanya.

After nung pag aaway namin ni justin sa soccer field ngayon lang ulit kami nag usap.

"Mauuna na ako justin" sabi ko sakanya kasi lumabas na si lola sa cr.

"Wait,ahm may sasabihin ako" sabi nya saakin kaya napatingin ako sakanya.

"Ano yun?" tanong ko sakanya

"Hiwalay na kami ni jen,we tried to fix it pero wala eh" sabi nya saakin.

Siguro kung mahal ko pa yung lalaking to matutuwa ako sa sinabi nya.

"Kailan pa?" tanong ko sakanya.

"1 year ago," sagot nya

"Irish, I like you" nagulat naman ako sa sinabi ni justin.bakit ganon nasabi na nya saakin to dati pero mag kaiba yung dating,bakit parang di na ako kinikilig?.

"Justin?"

"Sa loob ng 1 year ,ngayon ko lang nalaman kung gaano ka kahalaga saakin,I realized na ikaw yung mahal ko,yung kailangan ko.Irish can I court you?" tanong nya saakin.

"Justin"

Hinawakan ko naman yung kamay nya at tumingin sa mga mata nya.

"Justin, gusto kita" Sabi ko sakanya.

"Kung ang dating Irish ang kaharap mo ngayon malamang yan ang isasagot nya sayo. Pero justin iba na ngayon eh, naubos na yung pagmamahal ko sayo, napagod na ako na mahalin ka, kasi pinaparamdam mo saakin na, wala naman eh.... Wala naman akong pag asa sayo" Sabi ko kay justin.

"I'm sorry for hurting you. Hindi ko alam, pero irish babawi ako"

"No, hindi mo na kailangan bumawi, hindi ako galit sayo kasi in the first place may karapatan ba ako na magalit, eh sa anong magagawa ko. Hindi naman ako yung taong gusto mo, sige na justin, balang araw makaka hanap ka din ng babaeng mag mamahal sayo ng buong buo" Sabi ko sakanya tapos nag lakad na ako paalis.

Asa bahay na kami ngayon simple celebration dahil naka graduate na ako ng high school.

-

"Irish, ano ba yung kurso na kukunin mo at saan ka papasok na school?" tanong saakin ni papa.

"Civil engineering po,tapos sa FSU po kami mag aaral ni milcris" sabi ko kay papa

"Ay teka civil,diba mahal yung kurso na yun?" tanong ni tito saakin.

"Nako,ikaw talagang bata ka wala kang alam kung di puro gastos!" galit na sabi ni tito saakin.

"Tito,scholar po ako ni gov kaya wala po kayong iintndihin sa mga projects at tuition ko" sabi ko sakanila.

"Yun naman pala eh,di bale na anak,kahit anong kurso yung kunin mo naka suporta lang kami ng mama mo para sayo" nakangiting sabi ni papa sakin.Napangiti din naman ako sa sinabi nya.

"Para sayo anak,pinag ipunan namin yan ng papa mo kaya sana ingatan mo" sabi ni mama saakin tapos may inabot sya na box,agad ko namang binuksan ko naman kaagad.

"Thank you po" Sabi ko sakanila, isang laptop kasi yung binigay nila saakin.

"Irish may bisita ka" Sabi ni lola saakin, sino kaya yun sila Milcris kaya?.

"sino po?" Tanong ko kay lola.

"Asa labas, ikaw nalang tumingin kung sino" Sabi ni lola saakin tapos ngumiti sya. Alam nyo yung ngiti na may pinaparating ganon.

Lumabas naman agad aki kasi curious na ako kung sino yun.

May nakita akong white na honda civic na car sa labas namin. Kanino to parang bago.

Napatingin naman ako sa phone ko kasi nag ring. Bigla naman bumilis yung tibok ng puso ko nung makita ko yung pangalan ni dp na nag flash sa screen ko.

Sinagot ko naman yun.

"Hello?"

"Where are you?" Tanong nya saakin. Grabe ang gwapo ng boses nya.

"Asa labas ng bahay" Sagot ko sakanya.

"Do you see my car?" Tanong nya saakin.

"Yung white ba na honda civic?" Tanong ko sakanya.

"yep" Sagot nya sakin.

"Open the trunk" Sabi nya sakin kaya pumunta naman agad ako sa trunk ng kotse nya at binuksan yun.

Napangiti naman ako sa nakita ko. May mga nakalagay kasi na mga Christmas light at mga *iba pang lobo tapos may nakalagay na "Congratulations".*

"Like it?" Napatingin naman ako kay dp na lumabas na sa kotse nya.

Kahit na mag kaharap na kami sa phone pa rin kami nag uusap, ewan ko ba sa trip ng lalaking to.

Ang gwapo nya, sobrang gwapo.

"Oo" Nakangiting sagot ko sakanya.

Pasimple naman syang ngumiti sakin tapos lumakad sya palapit.

"So Ms Sulad, before I ask you this question humingi na ako ng blessing ng parents mo at ng lola mo" Sabi nya saakin na kinataka ko.

"Huh?"

"Since graduate na tayo, Will you be my girlfriend?" Tanong nya saakin. Sobrang bilis ng tibok ng puso ko.

"Girlfriend agad?" Tanong ko sakanya.

"Yes, once you said yes I will court you everyday to show how much I love you" Sabi nya saakin na halos sumabog na ako sa kilig.

Di mo alam jc kung paano mo ako pinapakilig ngayon.

"So, I'm not forcing you, but I won't take no as an answer" Sabi nya saakin.

Na patawa naman ako at tumingin sa mga mata nya.

"Sino bang nagsabi na mag no-no ako?" *Tanong ko sakanya.* "it's a yes?" *Tanong nya saakin*

Ngumiti naman ako sakanya at tumango.

Nagulat naman ako kasi bigla nya akong yinakap.

"Talaga ba Irish, hindi ka nag bibiro?" *Tanong nya saakin*

"I'm serious jc, I'm so thankful na dumating ka sa buhay ko at pinaramdam saakin na kung gaano kasarap mag mahal at mahalin" *Sabi ko sakanya.*

"You won't regret this" *Bulong nya saakin.*

"Starting this day, you will be my girlfriend, my wife and the mother of our future kids" *Sabi nya saakin, humiwalay naman ako sa pagkakayakap nya*

"Hoy Mr Santos kakasagot ko palang sayo, anak at asawa na agad?" *Tanong ko sakanya*

"Just kidding" *Sabi nya saakin tapos tumawa sya.*

"Ikaw ah, umayos ka" *Sabi ko sakanya.*

"Yes ma'am" *Sabi nya sakin na kinatawa ko.*

Nagulat naman nung yinakap nya ulit ako.

"I love you" *Sabi nya saakin.*
Napangiti naman ako at sumagot.
"I love you too" Sagot ko sakanya.

Chapter 11

1st day of class namin ngayon, hay nagmamadali na ako kasi late na ako 8am yung start ng class ko pero 7:30 na asa bahay pa din ako at katatapos lang maligo.

"Irish, bilisan mo kanina pa yung sundo mo sa labas" Sabi ni lola saakin.

Nag taka naman ako sa sinabi nya, sundo?.

"Po?"

"Ay nako ikaw talagang bata ka, yung boyfriend mo asa labas na" Sabi ni lola saakin.

Napangiti naman ako dahil sa sinabi nya, boyfriend hayy. Ilang buwan na din kami ni jc, at kahit matagal tagal na simula nung naging kami pero hindi pa din ako makapaniwala kasi di ko alam kung ano yung ginawa kong mabuti para biyayaan ako ng ganitong klaseng boyfriend.

Lumabas naman na ako kaagad at bigla namang bumilis yung tibok ng puso ko nang makita sya na nakasandal sa pinto ng kotse nya at naka cross arms

"Hey, handsome" Nakangiting bati ko sakanya, Napatingin naman sya saakin tapos simple syang ngumiti. Napaka gwapo.

"Let's go babe" Sabi nya saakin tapos hinawakan nya yung kamay ko. Napahinto naman ako dahil sa sinabi nya.

"Eh, bakit babe?" tanong ko sakanya.

"Bakit ayaw mo?" Tanong nya saakin.

"Ang common na kasi tapos ang corny pa!" Reklamo ko.

"Darling?".

"Cringe" Sagot ko sakanya.

"Love?".

"Pwe, tawagan yan nila pau at Mango juice at tsaka may sumpa yang endearment nayan" Sabi ko sakanya.

"Hon?".

"Eh, pang matanda" Reklamo ko ulit.

Ako naman nag iisip ako kung anong pwede.

"Alam ko na" Sabi ko sakanya. tapos ngumiti ako sakanya.

"Ano?" Tanong nya saakin.

"I will call you dp and you will call me Ms Sulad" Sabi ko sakanya.

Napatango tango naman sya sa sinabi ko.

"Fine, let's go Ms Sulad" Sabi nya saakin tapos pinisil nya yung kamay ko. Napangiti naman ako

sakanya tapos lumakad na kami papasok sa kotse nya.

"Hay, ang swerte mo dahil ang gwapo ng sumundo sayo" Sabi ni DP habang nag dridrive. Na patawa naman ako dahil sa sinabi nya

"Mas maswerte ka dahil maganda yung sinundo mo" Sabi ko sakanya. Tipid naman syang na patawa dahil sa sinabi ko.

"Bakit, hindi ka ba naniniwala sa sinabi ko?" Tanong ko sakanya

"Naniniwala, tama ka Ms Sulad I'm so lucky to have you in my life" Sabi nya saakin.

Jusme, feeling ko sobrang init na nang mukha ko. Ang bilis din nang tibok ng puso ko. Hay talagang alam nya Kung paano ako pakiligin hahaha.

-

Andito na ako sa Campus. Well same lang kami Ni DP pareho kaming Civil pero magkaiba ng Section. 1-C ako sya naman 1-A

Si Milcris naman Oo pareho kami ng campus pero magkaiba ng sched, tuwing Thursday lang kami magkikita.

Nauna na akong hinatid ni DP sa room ko, pag pasok ko syempre nag iistart na yung klase, buti nalang first day kaya hindi ako napagalitan ng prof ko.

At ang galing ng tadhana.

"Ms Sulad you may occupy the seat beside Mr Alvarez" Sabi ng prof ko at syempre si justin yun. Oo sya, ang galing classmate ko sya. At katabi pa.

After namin mag pakilala vacant na sa wakas, hayy 3 oras lang kami nag ka hiwalay ni DP pero Miss ko na sya kaagad. I miss his presence wow English hahaha joke lang.

Sabi nya magkita nalang daw kami sa cafeteria sakto di pa ako nag aalmusal kakamadali.

Papunta na dapat ako ng cafeteria nang…

"Irish" Napalingon naman ako kay Justin, oo sya yung tumawag saakin

"Bakit?" Tanong ko sakanya.

"Dito ka din pala, may kasama ka ba ngayon. Gusto samahan kita parang katulad lang nang dati" Sabi ni justin saakin.

"I'm with my boyfriend Justin" sagot ko sakanya.

Hindi ko alam, bakit ganon parang may dating parin saakin si justin, pero syempre iba si dp. Baka siguro kaya ko to nararamdaman kasi nga first ko sya. Sabi nga nila you will never forget your first but true love can bury it alive. Siguro kung ano man yung nararamdaman ko para kay

Justin hindi na yun mahalaga, kasi ang mahalaga si DP sya lang at wala nang iba.

"Sige justin punta na ako sa cafeteria baka nag hihintay na sya dun" Sabi ko sakanya tumalikod na ako para maglakad na paalis.

"Irish" Tawag nya ulit saakin kaya Napatingin ako sakanya.

"If you don't mind, sino yung maswerteng lalaki yung boyfriend mo?" Tanong nya saakin.

"Yung lalaki na nirereto mo saakin at yung sinabi mo na hindi ako sasaktan. Yung tao na pinaramdam saakin kung gaano kasarap mahalin" Sagot ko sakanya.

Di ko na hinintay pa yung sagot nya kasi alam naman na nya yung sagot. Napailing naman ako at nag lakad nalang papuntang cafeteria.

Nagulat naman ako kasi nakita ko si Mj, babatiin ko dapat kaya lang may iba syang kasama, hindi pau. Teka bakit kasama nya to. May kasama kasi syang girl. Ano na yung pangalan nito. Ahh oo lia. Yan yung lagi nilang pinag aawayan ni pau bakit kasama nya to. Tapos nag tatawanan pa.

Napailing nalang ulit ako at lumakad papuntang cafeteria.

Agad naman akong Napangiti kasi nakita ko kaagad si Dp. Kumaway naman ako kaya agad nya akong nakita kaya naglakad na ako palapit sakanya.

"So Ms Sulad how was your first period?" Tanong nya saakin.

"Ok lang" Tipid na sagot ko sakanya.

"Wala ka bang sasabihin?"

Tanong nya sakin, napakunot naman yung noo ko.

"Ahh oo" Sabi ko sakanya, kaya ngumiti sya ng konti

"Next week daw walang pasok" Sabi ko sakanya.

"Of course holiday, iba pa" Sabi nya saakin.

Ano pa ba.

"Ahh, oo classmate ko si Justin" Sabi ko sakanya

"Ano pa?" Tanong nya saakin

Ano ba yan ang daming tanong ni DP di ko na makain yung sandwich ko. Dinaig pa nya yung talk show.

"Katabi ko sya sa upuan?" pa tanong na sagot ko sakanya.

Nagulat naman ako kasi napisak nya yung hawak nyang coke in can.

Teka nag seselos ba to. Ang hot naman nya mag selos nakakakilig.

"Magpapalipat ako ng section" Sabi nya saakin tapos aalis na sya para pumunta sa deans office.

"DP, wag na ok lang. Kahit naman ilang libong justin ang nasa harapan ko. Ikaw yung pipiliin ko kasi ikaw si DP na mahal na mahal ko" Sabi ko sakanya. Kaya kahit papano kumalma sya.

Lumapit naman sya saakin.

"Hay nako, ang cute naman mag selos ng boyfriend ko" Pabirong sabi ko sakanya.

"Hindi ako cute" Sabi nya saakin

"Eh ano?" Tanong ko sakanya

"Gwapo" Sagot nya saakin na kinatawa ko.

"Ang gwapo naman mag selos ng boyfriend ko" Sabi ko sakanya.

"Yan, ganyan Ms Sulad".

"Hindi mo tinatanggi na nag seselos ka?" Tanong ko sakanya.

"No, why would I?" Tanong nya saakin.

Grabe ang mature nya mag isip.

" I love you" Sabi ko sakanya.

"I love you too" Sabi nya saakin.

Puro lang kami kwentuhan sa loob ng 2 hours naming vacant, hay pag talaga kasama ko sya hindi ko namamalayan yung oras pag sya kasama ko.

Someone's POV

Nasa harapan ko silang dalawa ngayon. So ganito pala yung nararamdaman nya nung mga panahon na binabalewala ko sya. Now I know how it feels.

It hurts like hell. It feels like I'm torturing my self.

I'm sorry for hurting you this much.

Dahil hindi ko na kaya na tingnan sila, tumalikod na ako at nag lakad na paalis.

Hindi na ako mag hahabol, Pero pag iniwan ka nya at kinailangan mo ako. Andito lang ako. I will never leave you remember that.

Chapter 12

Wala kaming pasok ngayon, sunday kasi. Naeexcite din ako kasi 1st anniversary namin ni DP.

Di ko alam kung malulungkot ako o ano eh, pano ba naman lumipas ang mag hapon ng wala syang paramdam saakin. Ngayon 8pm na pag eto wala pa rin ewan ko nalang.

Habang nag mumukmok ako sa kwarto ko Napatingin kasi ako sa phone ko. Nakita ko naman na si DP na tumatawag.

Dapat mag papapakipot pa ako, kaya lang sadya akong marupok kaya sinagot ko na agad.

"Hello?".

"Ms Sulad, lumabas ka ng bahay nyo" Sabi nya saakin.

Grabe naman tong si DP boses palang kilig na kilig na ako. Sobrang bilis ng tibok ng puso ko at hindi na ako makahinga ng maayos.

Agad ko namang sinunod yung sinabi nya. Lumabas ako ng bahay namin. Nagtaka naman ako kasi wala sya. Wala yung kotse nya. Nasan sya?.

"Asan ka?" Tanong ko

"Turn around" sabi nya saakin. Napatingin naman ako sa likod ko. Napangiti naman ako nung makita ko tapos may hawak syang roses. Ang dami nga nung roses eh diko mabilang.

"Happy First Anniversary Ms Sulad" Sabi nya through the phone. Napangiti naman ako, hindi ko na kayang itago yung kilig ko. Punyemas ka DP nawawala angas ko sayo hahaha.

Inend naman na nya yung tawag tapos nag lakad sya palapit saakin.

"365 roses for you Ms Sulad" Sabi nya saakin. Tapos inabot nya saakin yung roses.

"A-akala ko nakalimutan mo na eh" Sabi ko sakanya.

"Paano ko makakalimutan yung araw na pinapasok mo ako sa buhay mo" Sabi nya sakin.

"Hay pano ba yan wala akong gift. Ikaw kasi eh anniversary natin tapos hindi kita mahagilap" Reklamo ko sakanya.

"Its not important, kahit wala kang gift ang importante andito ka. Ikaw ang pinaka magandang regalo sa lahat" Sabi nya saakin.

Hay nako DP, hindi ka pa nag sasawa na pa kiligin ako.

"Let's go somewhere else"Sabi ni ni dp saakin tapos hinawakan nya yung kamay ko.

" Sandali hindi pa ako nag papalalam kela lola"Sabi ko kay DP.

"Don't worry na ayos ko na lahat. Napag palam na kita sabi nya saakin.

Napangiti naman ako tapos sumakay na ako sa kotse nya.

Hindi ko alam kung saan kami papunta na ngayon. Pero ok lang naman saakin kahit saan, basta kasama ko sya.

Napangiti naman ako lalo kasi he kissed my hand tapos tumingin sya saakin at binalik ulit yung tingin nya sa daan.

Ang gwapo nya hayy.

Bumaba naman na kami ng kotse nya. Nagulat naman ako kasi sinootan nya ako ng blind fold.

"Para san to DP?" Tanong ko sakanya.

"Makikita mo din, wait lang" Sabi nya saakin

"Ms Sulad in the count of three tatanggalin mo yung blindfold" Sabi ni DP saakin, pa simple naman akong ngumiti.

"1,2...3" Narinig kong bilang ni DP kaya nung pagkasabi nya ng 3 tinaggal ko na yung blind fold.

Napatakip naman yung bibig ko sa gulat. Asa labas kami ng Enchanted Kingdom. Asa harapan ko si DP ngayon nakangiti sya tapos tinuro nya yung langit kasabay nun yung napakaraming fire works.

Ang ganda, sobrang dami. At eto pa may pa heart pang malaki na fire works tapos yung pangalan ko.

"Like it?" Tanong nya saakin

Tumango naman ako sakanya tapos nag lakad na ako palapit sakanya at yinakap sya.

"Thank you" Sabi ko sakanya, naramdaman ko naman na yinakap nya ako pabalik.

" I love you" Sagot nya saakin.

"eh?".

"That is my term for saying your welcome, everytime you say thank you I will say I love you" Sagot nya sakin.

"DP, teka passed 8 na diba sarado na yung ek?" Tanong ko sakanya.

"Technically yes pero nirentahan ko yung amusement park para saatin so let's go" Sabi nya saakin na kinatuwa ko.

Hindi ako makapaniwala sa sinabi nya na nirentahan nya yung buong amusement park para lang saamin, my god dp.

Pag pasok namin Napangiti ako kasi sobrang liwanag, lalo na yung grand carousel.

"So saan mo gustong sumakay?" Tanong nya saakin.

Nag isip naman ako, kasi nung nakaraan tanda ko nung last na pumunta kami dito hindi kami nakasakay gano sa rides kasi ang daming tao.

Hay dati ko pang gustong sakyan to sa wakas hahaha.

"Tara dp sa space shuttle" Sabi ko sakanya.

"What, a-ayaw mo sa carousel. Tingnan mo ang ganda oh" Sabi ni dp saakin.

"Ayoko, tara na dun bilis ang tagal ko na gustong sakyan to.

Nakasakay na kami ngayon sa space shuttle. Sa harap kami nakaupo, hay nakaka excite.

Nung umandar na yung roller coaster bigla ba namang sumigaw si dp. Nawala angas ni dp Hahaha

" WAHHH, AYOKO NA IBABA NYO NA AKO. I'M FUCKING SERIOUS AHHHHH!!!" Narinig kong sigaw ni dp.

Tawang-tawa ako kay DP. Eto pa akala nya kasi tapos na pero biglang umandar ng paatras.

"FUCK, IHINTO MO TO KUNG DI IPAPASARA KO TO!!" pananakot nya dun sa nag ooperate ng ride. Sinenyasan ko naman si kuya na wag pansinin si DP.

Tawang tawa talaga ako kay dp HAHAHAHAHA.

After namin sa space shuttle anchors away naman sa likod kami sumakay kasi the best.

After namin mag anchors away sa drop tower naman.

"Tara dp" Sabi ko sakanya tapos hinihila ko na sya sa ride.

"No" Pagtutol nya

"Dp"

"Ayoko"

"Sige na DP, Hindi naman to nakakatakot eh" Pag pipilit ko sakanya.

"Ayoko pa din!".

"Ayaw mo?" Tanong ko sakanya.

"Edi sige wag mo na din ako pansin after this" Sabi ko sakanya tapos nag lakad na ako papasok ng drop tower nang..

"Fine, tara na".

Simple naman akong napangiti. Wala ding nagawa hahaha, asakin pa din ang huling halakhak.

Pag sakay namin sa sa drop tower,HAHAHAH LT si DP kasi ang taas kasi sobra Pati ako namutla kasi ang taas. Pero masaya pero si dp. Pag baba namin hindi ko na makausap. Tulala lang sya.

Nawala talaga angas ni DP sa mga rides hahaha, next naman napadaan kami sa mga nag titinda ng mga cute na head bands. Tumingin naman ako tapos nakakita ako ng cute na unicorn na head band kumuha naman ako ng 2,yung isa sinoot ko ang cute tapos yung isa naman.

"DP yuko ka" Sabi ko sakanya

"Why?" Tanong nya saakin

"Basta"

Bigla naman syang umatras nung nakita nya yung hawak kong head band.

"Don't tell me isosoot mo saakin yan?" Tanong nya saakin

"Tama ka dp, isosoot ko nga to sayo. Ang cute nga eh bagay sayo bili na" Pag pupumilit ko sakanya.

Lumakad naman sya paatras nung nilapit ko yung head band.

"Ms Sulad!"

"Ano?" Tanong ko sakanya.

"Hay fine, ilagay mo na" Napangiti naman ako sa sinabi ni DP tapos sinoot ko na sakanya yung head band.

"Ang cute natin tara mag pa picture tayo" Sabi ko sakanya.

Nasa harapan kami ngayon ng grand carousel tapos nag picture kami.

Ang last naming sinakyan ay ang ferris wheel. Ang ganda ng view.

Heights lang pala ang nakapag tanggal sa angas ni DP. Hindi sya nakatingin sa baba eh sakto huminto kami sa tuktok.

"DP" Tawag ko sakanya

"Y-yes?"

"Tingin ka sa baba oh. Ang ganda ng view" Sabi ko sakanya.

"Di na, ikaw nalang titingnan ko mas maganda ka naman" Sabi nya saakin. Kikiligin na dapat

ako kaya lang natatawa ako sa itsura nya. Namumutla na kasi sya tapos pawis na pawis.

Hinawakan ko naman yung kamay nya sobrang lamig Hahaha.

May naisip ako, alam ko umiikot to eh. Kaya yun pinaikot ko yung sinasakyan namin. Mas lalong namutla si DP.

"Stop Ms Sulad!" Galit na sabi nya saakin.

"Pano pag ayaw ko?" Tanong ko sakanya.

"Then you will be punish".

"What punishment?" Tanong ko sakanya tapos pina ikot ko ulit. Napakapit na sya sa poste kung saan kami nakasakay. Natatawa ako sa itsura nya.

"Ms Sulad I said stop!".

"Ano muna yung punishment?" Tanong ko sakanya.

"Kiss" Sabi nya.

Bigla naman akong napahinto sa ginagawa ko. Naramdaman ko naman na parang uminit yung mukha ko. Sabi na eh, hindi dapat sya binibiro ng ganon.

Pero teka, punishment ba yun parang hindi eh parang prize. Woi teka ano ba tong iniisip ko. Irish umayos ka.

Pag baba namin sa ferries wheel umuwi na din kami. Kasi medyo late na din.

Asa loob na ako ng room ko ngayon. Pero hindi pa din ako makatulog.

Hayy sobrang magical ng gabi nato. Hindi ko akalain na magagawa ni dp na posible yung mga imposible kasama na dun ang mahalin ako. Hindi ko nga inexpect na magkakagusto saakin si DP kasi hindi naman ako kagandahan katulad ng ibang babae dyan. Pero kahit ganon ako pa din, sakin pa din sya nakatingin.

Kumbaga, all eyes is on him but his eyes is on me.

Chapter 13

1 week na simula nung Anniversary namin ni DP, di pa din ako maka move on.

Nasa school na kami ngayon, currently asa klase ako. Katabi ko si justin of course.

"Class I have an announcement. This coming September 2 we will be having foundation week. So magkakaroon tayo ng pageant per department"Sabi nung prof namin.

" So sino ang gustong mag participate? ".

" Ma'am si Justin Alvarez, mananalo tayo dyan gwapo " Sabi nung isang kaklase ko.

"Well sino sa girls?" Tanong ulit ng prof ko.

Wala naman akong paki sa ganyan ganyan. Kaya nag phone nalang ako at minessage si DP.

"What are you doing Ms Sulad?".

"Minemessage ka".

"In the middle of the class?".

"Bakit, tapos naman na yung discussion namimili nalang kung sino yung ipaglalaban sa pageant".

"MS SULAD!" bigla ko naman naitago yung phone ko dahil sa sigaw nung prof ko.

"S-sorry po ma'am " Kinakabahang sagot ko sakanya.

"Bilang punishment mo, ikaw na ang pambato ng department natin sa dadating na pageant" Sabi nung prof ko na kinalaglag ng panga ko.

"M-ma'am babawi nalang ako sa ibang bagay, kunin nyo nalang phone ko. And besides

marami namang magandang babae dyan eh" Sagot ko kay ma'am.

"I'm sorry Ms Sulad but my decision is final. That's all for today class dismissed" Sagot ni ma'am saakin tapos lumabas na sya ng room.

Hindi na ako nakapag salita, grabe kana ma'am. Pano na to wahh.

-

"Hey, bakit kanina ka pa tulala dyan?" Tanong saakin ni DP. Uwian nanamin ngayon pero dumaan muna kami sa isang park. Mga 5pm nadin kaya sunset na. Ang ganda nga eh.

"Ah-eh kasi, hay kasi naman. Yung prof ko nahuli ako kanina edi ayun. Ako na yung ginawang pambato para sa pageant. Anong gagawin ko dun, eh wala naman akong alam sa mga ganyan-ganyan" Sabi ko kay DP

"You can do it Ms Sulad, alam ko na magagawa mo, hindi mo naman kailangan manalo, you just need to do your best para di ka mapahiya" Sabi ni dp saakin Napangiti naman ako ng konti sa sinabi nya at kahit papano gumaan yung loob ko.

"So, sino yung kapartner mo, ibang section?" Tanong ni Dp saakin.

"Hindi" Sagot ko sakanya.

"Who?" Tanong nya saakin.

"Si Justin" Sagot ko sakanya.

Magagalit ba sya, mag seselos?, hay ito pa yung isang iniisip ko eh.

"Hmm, I see tara na umuwi na tayo para makapaghanda kana sa pageant" Nakangiting sabi ni DP saakin tapos hinawakan na nya yung kamay ko.

"H-hindi ka galit?" Nag tatakang tanong ko sakanya.

Humarap naman sya saakin tapos kumunot yung noo nya.

"Why would I?" Tanong nya saakin.

"Eh kasi si Justin yung kapartner ko".

Huminga naman sya ng malalim tapos tumingin saakin ng seryoso.

"Irish look, kung magagalit at mag seselos ako parang ang immature ko naman nun, and besides its just a pageant at alam ko na hindi makakaapekto saatin yun. Irish hindi kita pipigilan or pagbabawalan kung may gusto kang gawin or kung may kaibigan ka na lalaki, ayaw kitang masakal. Do whatever you want and I will always be here to support you. Remember that Ms Sulad``Sabi nya saakin.

Kinilig naman ako sa sinabi nya, hay napaka gwapo, ang mature mag isip, matalino mabait lahat na na sakanya, kaya hindi ko to sasayangin dahil bibihira nalang ang makatagpo ng katulad nya na total package.

"So uuwi na ba tayo?" Tanong nya saakin.

"Sige, pero bili muna tayo ng buko" Sabi ko sakanya.

"Sabi na eh, buko lang?" tanong nya saakin.

"kwek-kwek din" Sabi ko na kinatawa nya.

Hay, I love this, gusto ko kapag ganito kami ni Jc, yung tawa na yan, gusto ko yung ganito sya saakin. Sana wag syang mag bago kasi ako. Hinding hindi ako magbabago sya lang yung lalaki na mamahalin ko.

Someone's POV

"Ano ganyan ka nalang, sasaktan mo nalang yung sarili mo habang pinapanood sila na masaya?" tanong nya saakin.

"Oo, wala naman akong magagawa eh. Hanggang dito nalang ako" Walang gana kong sagot sakanya.

"Ewan ko sayo, marami namang iba dyan, mas maganda pero bakit sya?" Tanong nya saakin

"Sa totoo lang, hindi ko din alam ang sagot kung bakit sya, kung bakit wala akong nakikitang iba

pag sya na yung nasa harapan ko" Sagot ko sakanya habang nakatingin pa din kela DP at Irish na kumakain ng kwek-kwek at nag tatawanan.

"Ewan ko sayo justin, so ano hanggang kailan ka mag hihintay?" Tanong nya saakin.

"Hanggang sa kaya ko" Tipid kong sagot sakanya.

Naramdaman ko naman na umalis na sya, guess what kung sino sya, si jen oo wala nang kami pero naging magkaibigan nalang kami kasi we realized na mas maganda pala kung magkaibigan, iba yung bond namin as a friend eh. Kumbaga yung na build naming relationship hindi sya sapat para maging boyfriend and girlfriend though we have feelings for each other pero hindi ganon katibay kaya nga kami puro away bati eh.

Jen made me realize kung sino talaga yung mahal ko, Si Irish pero nahuli na ako. Asa akin na sya eh, pero hinayaan ko syang mawala at mapunta sa iba.

Kahit magsisi ako, huli na alam ko na hindi na ako at kahit kailan hindi na magiging ako kaya kahit masakit.

Kontento na ako na mahalin sya sa malayo.

Chapter 14

1 week after nung inannounce na kami ni justin ang rerepresent sa buong civil engineering department.

Tapos na yung klase namin pero hindi pa ako uuwi kasi kailangan naming mag practice ni Justin para sa pageant.

Pinauwi ko na din si DP sabi ko sakanya ako nalang uuwi mag isa. Ayaw pa nga nya nung una pero wala na din syang nagawa.

Andito kami ni justin ngayon sa auditorium dito kami mag prapractice.

"So anong gagawin natin?" Tanong ko sakanya, nakapag practice na kami sa rampa. Nakakailang nga eh kasi day may pa hawak pa sya sa waist tapos ako naman sa neck nya sa production number.

Tapos dagdag pa na bumibilis din yung tibok ng puso ko at umiinit yung pisngi ko everytime he touch me. Dapat kay dp ko lang to nararamdaman eh. Hay bakit ba ganito, ano to may feelings pa rin ako kay justin?. NO WAY!!!.

May DP na ako, oo nga may DP na ako pero bakit pa din ako nacoconfused?. Teka confused hayy ang gulo takte naman.

So talent yung iprapractice namin ngayon.

"Kakanta nalang tayo for the talent mag gigitara ako tapos duet tayo.

" Ahh sige"Pag sang ayon ko sakanya.

Naka indian seat lang kami ngayon sa stage ng auditorium tapos hawak nya yung gitara nya.

Bigla namang bumibilis yung tibok ng puso ko nyng nag start sya mag strum. Nako Irish umayos ka, kung ano man yang nararamdaman mo para sakanya iwaksi mo dahil may boyfriend ka na mahal na mahal ka at mahal na mahal mo din.

Song playing:Pangarap lang kita by parokya ni edgar

"Mabuti pa sa lotto

May pag-asang manalo

'Di tulad sa'yo, imposible

Prinsesa ka, ako'y dukha

Sa TV lang naman kasi may mangyayari

At kahit mahal kita, wala akong magagawa

Tanggap ko 'to aking sinta

Pangarap lang kita".

Bakit ganon feeling ko may gusto syang iparating dun sa lyrics.

Kasi titingin sya saakin na parang may gustong sabihin tapos titingin ulit sya sa gitara nya. Tapos parang pinaparamdam nya saakin yung kanta lalo na dun sa part na.

"Kahit mahal kita, wala akong magagawa, tanggap ko to aking sinta pangarap lang kita".

Hayy ewan ko ba.

Napalunok naman ako kasi part ko na pala.

"Ang hirap maging babae" Napahinto naman ako kasi bigla akong pumiyok sa part na yan kainis naman oh. Tapos etong si Justin tawa pa kainis nakakahiya buti walang ibang tao dito sa auditorium kundi nakakahiya sobra.

Sa sobrang inis ko dahil tawa pa din sya ng tawa. Kinuha ko na yung bag ko at naglakad na ako paalis.

"Woi Irish san ka pupunta mag prapractice pa tayo sa isang araw na yung pageant" Sabi nya saakin. Napapikit naman ako sa inis tapos humarap sakanya

"Heh, mag practice ka mag isa mo!" inis na sabi ko sakanya

"To naman di na mabiro, tara na promise di na ako tatawa. Sige ka ikaw din pag hindi tayo nag practice baka pumiyok ka dun sa pageant ikaw din" Aba at nangonsensya pa. Napapikit naman ako sa inis tapos nag lakad na ako pabalik hay syempre ayokong mapahiya sa pageant kasi andun si dp gusto ko maging proud sya saakin. Sige kahit na inis na inis ako sa lalaking to gagawin ko para kay DP.

"Sige one last time pag ikaw tumawa ihahampas ko sayo yung gitara mo!" Inis na sabi ko sakanya.

Natawa naman sya sa sinabi ko.

"Yes ma'am" Bigla naman akong napahinto dahil sa sinabi nya, bigla ko kasing naalala si DP.

Woi irish, nakikita mo ba si DP kay Justin Oo na pareho silang J pero mag kaiba sila. Wag mo silang ipag compare dahil mas higit si DP kesa kay Justin.

-

So yun, nag practice na kami ng matiwasay ni justin. 8pm na halos kaya nahirapan na akong sumakay ng jeep.

Halos mapatalon naman ako sa gulat nang may bumusina sa likod ko. May nakita naman akong itim na kotse alam ko nasabi na saakin ni milcris kung anong klaseng kotse to eh, ah oo nalala ko na sedan oo sedan.

Nag taka naman ako kung sino yun.

Nagulat naman ako nung bumaba sya ng kotse nya, Hindi si DP syempre white na Honda civic yung kanya eh. Si Justin to, bakit ganon iba talaga yung nararamdaman ko kay justin hay kainis bakit ba ganito.

"bakit, anong ginagawa mo dito, bakit hindi ka pa umuuwi?" Tanong ko sakanya.

"Sumabay kana saakin, wala nang dumadaan na jeep and besides delikado na mag commute ngayon gabi na din" Sabi nya saakin

"Ok lang ako, shoo alis na" Pag papaalis ko sakanya.

"Come on, ako malalagot ako sa pamilya mo at kay jc pag may nangyari sayo so tara na?" Tanong nya saakin tapos binuksan nya yung passenger seat, wala naman akong nagawa kundi ang sumakay nalang hay may point din kasi sya.

Pagkauwi ko, diretso na agad ako sa kama ko. Tiningnan ko naman yung phone ko para makita kung sino yung nag message.

Si DP, ang dami nyang message and missed calls, naka silent kasi eh hayy.

Dahil nga na guilty ako agad kong tinawagan si DP. Hay kinabahan ako buti nalang sinagot nya kaagad.

"Hello?" pa tanong na sagot ko sakanya, sana hindi galit, finger cross hay lord sana hindi sya galit.

"Hay, buti naman anong nangyari sayo bakit hindi ka sumasagot?" Tanong nya saakin.

"Naka silent kasi yung phone ko sorry".

"Ganun ba ok, so how was your practice?" Tanong nya saakin.

"Ayos lang nakakapagod pero ok na kasi nakausap na kita" Sagot ko sakanya.

"Nag commute ka pauwi?".

Tanong nya saakin. Bakit ganon feeling ko may something dun sa tanong nya.

Hay, teka sasabihin ko ba na hinatid ako ni justin?, nako baka pag sinabi ko baka pag awayan lang namin to. Hay hindi naman nya malalaman eh. Sorry lord ang tawag naman dito ay white lie.

"O-oo nag jeep ako buti nalang may naabutan ako".

Hoo sana lumusot, sana maniwala sya.

"Ahh, so kailan pa naging jeep yung sedan?" Tanong nya saakin na kinagulat ko

"Asan ka?" tanong ko sakanya agad naman akong napatayo sa kama ko at napatakbo sa labas ng bahay namin.

"Bakit ka nag sinungaling, diba sinabi ko naman sayo na hindi ako mag seselos, hindi ako magagalit. At isa pa kung yan yung iniisip mo you can call me para masundo kita" Sabi ni DP saakin.

Bigla namang sumikip yung dibdib ko kasi inend na nya yung call tapos mabilis nyang pinaharurot yung kotse nya paalis ng bahay namin.

Hay, ang sakit ikaw naman kasi irish eh, bakit nag sinungaling ka pa.

Mag lalakad na sana ako papasok nang bahay pero...

Napatingin ako sa likod ko, parang unti-unting bumilis yung tibok ng puso ko at parang may dumaloy na kuryente sa buong katawan ko. Nakita ko kasi na bumalik yung kotse ni DP. Napangiti naman ako nung bumaba sya ng kotse nya tapos tumingin saakin ng seryoso.

"Come here" Sabi nya saakin kaya napatakbo na ako papunta sakanya tapos yinakap ko sya. At ayun hindi ko na na pigilan na umiyak.

"I'm sorry DP kung nag sinungaling ako, natakot kasi ako na baka magalit ka eh" Sabi ko sakanya habang nakayakap ako sakanya.

"Shh, don't cry basta wag mo nalang uulitin. Sa susunod kung wala ka nang masakyan. Call me ok, I will do everything para masundo ka... are we clear Ms Sulad? " tanong nya saakin.

"Sorry talaga" Sabi ko sakanya, naramdaman ko naman na yinakap nya ako pabalik.

"Ok na, hindi na ako galit" He said in a very sweet tone.

Hay sana talaga hindi mag bago si DP. Sobrang swerte ko talaga sakanya.

Chapter 15

Asa dressing room na kami ngayon, pageant na kinakabahan ako ng sobra as in yung kaba ko sobra-sobra. Lalabas na ata yung puso ko eh, hayy.

Napatingin naman ako kay Justin, napahinto naman ako at tiningnan sya saglit at nag iwas ulit ng tingin. Ang gwapo nya.

Teka bakit sinasabi ko to, bakit ako nagwagwapuhan sakanya? .

"Ang ganda mo irish, sige kita nalang tayo sa backstage"Sabi nya saakin.

Bakit ganon may naramdaman akong kilig nung sinabihan nya ako ng maganda, bakit ba ganito yung nararamdaman ko sakanya. Bakit parang halos lahat ng pakiramdam ko pag kasama ko si DP nararamdaman ko din sakanya. Ano bato, bakit ganito

Napalunok naman ako nung tinatawag na kami.

Pagkakita ko sa backstage nakita ko agad si Justin kaya nag lakad na ako papunta sakanya.

"Hoo kaya ko to, go Irish kaya mo yan" Bulong ko sa sarili ko. Tapos hawak hawak ko yung rosario ko.

Napahinto naman ako sa pagadadasal nung hinawakan ni justin yung kamay ko. At boom nung hinawakan nya yung kamay ko bigla nalang may boltahe ng kuryente na dumaloy sa buong katawan ko at bigla nalang bumilis ang tibok ng puso ko.

Nararamdaman ko din to kay DP pero bakit ganon, bakit parang mas iba kung kay Justin. Ewan ko ba ang hirap iexplain.

"Wag kang kabahan Irish, kung magkamali ka man, handa din akong magkamali para sayo" Sabi nya saakin. Feeling ko pulang pula na yung mukha ko dahil sa sinabi nya.

Lumabas na din kami ng backstage nung tinawag kami. Jusko lord wag sana akong matapilok at mag kamali.

DP's POV

Nasa harap ako ngayon at nanonood ng pageant. Pa simple naman akong Napangiti nung lumabas na sila Irish. Wala akong masabi napaka ganda nya.

Pero halos maihagis ko yung mono block na inuupuan ko nung napanood ko yung prod nila. Takte kailan talaga may pahawak sa neck at bewang. Pero pinigilan ko yung sarili ko dahil alam ko na pageant lang to at may tiwala ako kay irish.

Talent Portion na, lumabas naman silang dalawa si Justin naka simple polo shirt and jeans tapos may gitara sya tapos si Irish naman naka simple dress at ribbon na hair clip, kahit simple lang yung soot nya, walang nag bago maganda pa din.

"Mabuti pa sa lotto

May pag-asang manalo

'Di tulad sa'yo, imposible

Prinsesa ka, ako'y dukha

Sa TV lang naman kasi may mangyayari

At kahit mahal kita, wala akong magagawa

Tanggap ko 'to aking sinta

Pangarap lang kita"

Maganda yung boses ni justin isa yan sa mga dahilan kaya sya nagustuhan ni irish noon eh.

Alam ko na may gusto si Justin kay irish dati pa at alam ko din na hanggang ngayon it's so obvious. Buti nalang hindi sya gumagawa ng move para makuha si irish si Irish saakin.

I know he can do it, I know he can win her back. Pero buti nalang hindi kasi yun ang kinakatakot ko. Wala naman akong kinakatakot sa buong buhay ko, kung meron man yung heights, just kidding. Kung meron man ay ang mawala ang babaeng mahal ko.

"Ang hirap maging babae

Kung torpe yung lalaki

Kahit may gusto ka, 'di mo masabi

Hindi ako iyong tipong nagbibigay motibo

Conservative ako kaya 'di maaari

At kahit mahal kita, wala ako magagawa

Tanggap ko oh aking sinta, pangarap lang kita"

I know it sounds gay pero kinikilig ako habang kumakanta si Irish. Yan na ang pinaka magandang boses na narinig ko sa buong buhay ko.

"at kahit mahal kita (minamahal kita)

Wala ako magagawa (walang magagawa)

Tanggap ko oh aking sinta, pangarap lang kita

At kahit mahal kita

Wala akong magagawa

Tanggap ko oh aking sinta

Pangarap lang kita

At kahit mahal kita (minamahal kita)

Wala akong magagawa (walang magagawa)

Tanggap ko oh aking sinta

Pangarap lang kita, pangarap lang kita"

Bakit ganon, nung nag duet sila may naramdaman ako of course yung chemistry nila kaya halos mamatay na sa kilig yung mga katabi ko. Pero may isa pa.

Nasasaktan ako, oo kasi the way she look at him. It pisses me off.

At dahil piniligilan ko ang sarili ko pinakalma ko ang sarili ko at inalala lahat ng pinaromise ko kay Irish na hindi ako mag seselos kay Justin.

Tinapos ko yung pageant, hindi naman sila yung nanalo pero proud ako sa girlfriend ko kasi she nailed it. Papunta na ako sa back stage para ibigay yung roses para I congratulate sya. Pero parang hindi na nya kailangan.

I saw her, magkayakap sila ni justin. Grabe pigil na pigil na ako kasi alam ko yung promise ko pero kahit anong pigil ko ang hirap eh.

Tumalikod naman na ako para sana mag lakad paalis pero may narealize ako. Bakit ako yung aalis eh girlfriend ko sya, kung may dapat mang umalis hindi ako ako yun.

Kaya naman nag lakad na ako pabalik

"ehem, can I borrow my girlfriend Mr alvarez?" seryosong tanong ko sakanya. Nagulat naman si irish nung makita nya ako at agad syang napabitaw kay Justin.

"Sige Irish, congrats ulit" Sabi nya kay irish tapos umalis na sya sa harapan namin.

"So, congratulations Ms Sulad you nailed it I'm so proud of you" Sabi ko sakanya tapos inabot ko sakanya yung roses.

"Hindi naman ako nanalo eh" Sabi nya saakin, Napangiti naman ako tapos hinawakan ko yung kamay nya.

"Ms Sulad naalala mo yung sinabi ko sayo dati before the pageant. Ang sabi ko sayo hindi importante na manalo ka atleast you tried" Sabi ko sakanya.

Napangiti naman sya sa sinabi ko.

"Thank you" Sabi ko sakanya .

"I love you" Sagot nya saakin.

Bakit ganon, iba yung tingin nya saakin. Hindi katulad nung tingin nya kay Justin nung nag duduet sila. Ayokong pag dudahan yung pag mamahal nya saakin kasi alam ko na mahal na mahal nya ako. Pero somehow hayy, masyado lang siguro ako nainsecure kay Justin kaya kung ano ano na yung pumapasok sa utak ko.

Wala lang to. Alam ko na mahal ako ni irish at yun ang importante.

Chapter 16

Ilang weeks na simula nung natapos yung pageant, ewan ko ba feeling ko may nag bago saamin ni DP.

Di ko alam, kasi hanggang ngayon na coconfused ako kung bakit ganon na kang yung nararamdaman ko para kay Justin. Ano ba sya para saakin hayy.

Minsan kahit si DP yung kasama ko bigla ko nalang maiisip si justin out of nowhere. Hayy gulong gulo na ako.

Pero in the first place bakit ako naguguluhan, if I really love DP dapat hindi na ako nacoconfused diba.

Naguiguilty na ako ngayon kasi feeling ko nagtataksil ako kay DP.

Naglalakad ako ngayon papunta sa room nila dp, kaya lang..

Napahinto ako sa paglalakad nung nakita ko si jen na nakasama si DP. Oo si jen teka ang alam ko toursim sya ah. Pano yan napadpad dito sa civil engineering eh ang layo ng department nila dito?.

Naramdaman ko naman parang kumukulo yung dugo ko at parang gusto ko syang sabutunutan. Nakakainis eh.

"Hi DP" Bati ko kay DP na kinagulat nya.

"oh hi" Bati nya saakin, teka nga bakit parang may mali kay DP.

Kasi dati pag binati ko sya ng ganyan lalapit sya saakin then he will kiss my forehead but now.

Nakatayo lang sya sa harapan ko at mukhang nagulat pa na nakita ako.

"Nakaka istorbo ba ako?" Tanong ko sakanila.

"N-no, ahm sige usap nalang tayo mamaya" Sabi ni DP kay jen tapos umalis na si jen.

Hinawakan naman na ni DP yung kamay ko tapos naglakad na kami papuntang cafeteria.

After 3 subject for this day uwian na rin sa wakas. Pauwi na kami ni DP ngayon mga 6pm na din.

Nakatingin ako sakanya habang nag dridrive sya. May gusto akong itanong eh, gusto kong itanong kung may problema ba kami. Kasi nag bago sye. Sobrang laki ng pinagbago nya. Parang naging cold kasi sya saakin.

"DP, may problema ba?" Tanong ko sakanya, napatingin naman sya saakin ng saglit tapos tumingin ulit sya sa daan.

"Wala naman bakit?" Tanong nya

"Wala naman, parang naging cold ka kasi these fast few days, DP kung may problema sabihin mo saakin ha" Sabi ko sakanya pero hindi naman nya ako sinagot.

Pagkahatid nya saakin sa bahay, di na sya bumaba ng kotse nya after kasi nya akong ihatid umalis na rin sya kaagad.

Ano ba yung nangyayari sakanya, nag aalala na ako.

At ngayon gabi na, dati pag ganitong gabi minsan tumatawag pa yun or nag tetext. Ngayon, kahit tawag or text wala.

Hay bukas kakausapin ko na talaga sya. Kung may problema kami sabihin nya wag nyang itago.

Paano ko malalaman kung di nya sasabihin?.

Baka mamaya masira pa kami eh. Sa totoo lang hindi ko alam kung bakit nagkakaganyan si DP.

Sana malaman ko naman yung dahilan. Sakin ba sya galit?. May nagawa ba ako na kinagalit nya?.

Seriously I have no idea kung bakit sya nagkakaganito.

Namimiss ko na yung dating DP.

"I miss you" Yan nalang yung nasabi ko bago ako tuluyang makatulog.

Chapter 17

Maaga naman akong gumsing ngayon. Ganon pa din naman sinundo pa din ako ni DP pero wala na yung pang malakasan nyang banat. Kasi ngayon sinundo lang nya ako.

"I miss you" Sabi ko sakanya and finally tiningnan nya na din ako.

"Huh, nakakasama mo naman ako ah?" Tanong nya saakin.

"Namimiss ko na yung dating ikaw DP, may problema ka ba. Bakit after nung pageant ang cold mo na saakin. Nag bago ka. Kung may problema sabihin mo saakin" Sabi ko sakanya.

"malalate na tayo" Sagot nya saakin at nag drive.

"JC wala tayong pasok nag announce yung school"Sabi ko sakanya.

" Ganun ba, ihahatid nalang kita sainyo"Sabi nya saakin.

"Hindi, stop the car mag uusap tayo!" Inis na sabi ko sakanya.

Wala naman na syang nagawa at tinabi nya yung kotse at tinanggal nya yung seatbelt nya at humarap saakin.

"Anong gusto mong pag usapan natin?" Tanong nya saakin. Pero hindi pa din sya nakatingin saakin

"Kung ano yung problema mo, bakit ka naging ganyan. Dahil ba sa pageant kaya ka nag kakaganyan?" Tanong ko sakanya.

"Hindi " Tipid na sagot nya saakin.

"Then what's the problem, may iba kana ba. Nag sasawa kana ba?" Tanong ko sakanya. Hindi ko na napigilan na umiyak.Ang sakit kasi eh. Parang nung nakaraan lang sobrang halaga

ko sakanya tapos biglang wala na lang ako para sakanya.

"No, Hindi sa ganun Irish naging busy lang ako. Hindi ako mag sasawa sayo remember that". *Sabi nya saakin tapos hinawakan nya yung kamay ko. Tapos pinunasan na nya yung mga luha ko.*

Finally bumalik na din yung dating DP.

Hinatid naman na ako ni DP sa bahay kasi may pupuntahan pa daw sya. Masaya na ako ngayon kasi wala kaming problema masyado lang siguro akong naging paranoid hayyst.

DP's POV

Dumiresto na ako sa isang bar pagka hatid ko kay Irish sa bahay nila.

Hindi ko masabi sakanya yung problema. Kasi ang totoo may problema kami sobrang laki. Pero hindi ko magawang sabihin kasi hindi ko kaya na nakikita sya na nasasaktan.

"So magpapaka duwag ka nanaman ba or mag papaka bulag, kitang kita mo naman na diba" *Napatingin naman ako sa sinabi ni jen saakin.*

"Wala ka nang paki!" *Iritadong sagot ko sakanya*

"Ang swerte ni irish sayo hayy, ano bang meron sa babae nayon at sya ang ginugusto nyo?" Tanong ni Jen

Tanong na kahit ako hindi ko din alam ang sagot hayy.

"Jc, payo lang ha kung ipagpapatuloy mo yan, pareho lang kayong masasaktan. Or mas masasaktan ka" Sabi ni jen saakin bago sya umalis.

I want her, I need her. She's my everything. Pero may mga bagay talaga na kahit gusto mo pang panghawakan, ngunit kailangan mo nang bitawan.

Asa bar pa din ako, paalis na dapat ako kaya lang nakita ko si justin.

"Beer please" Order nya.

" Jc, bakit andito ka? "tanong nya saakin.

" Wala lang, gusto ko lang uminom"Sagot ko sakanya.

"May problema ba kayo?" Tanong nya.

"Wala" Sagot ko sakanya

"Justin, pwede ba kitang tanungin?" Tanong ko sakanya.

"Yes you may" Sagot nya saakin.

Kailangan ko tong itanong sakanya, ito yung gusto kong malaman eh.

"Do you still love her?" Tanong ko sakanya.

Ilang segundo naman syang nanahimik bago sya sumagot sa tanong ko

"Oo, sobra. Pero anong magagawa ko masaya na sya sayo" Sagot nya saakin.

I hate this, parang kontra bida naman yung dating ko dito sa storya nila.

Kasi damn, mahal parin nila yujg isat isa pero naka harang ako sa gitna.

Alam ko na mahal pa din ni Irish si justin, Hindi naman kasi ako bulag o manhid kaya nakikita ko at nararamdaman ko.

Ang hirap pang hawakan ang bagay na alam mong hindi para sayo, kaya kahit masakit. Kailangan mo nang bitawan. Parang ibon. Hindi sila masaya pag kinulong mo sila sa isang hawla, kailangan mo silang pakawalan para ma nahanap ang bagay na nakatadhana sakanila.

Chapter 18

It's my birthday, sobrang naeexcite ako kasi 19 na ako wahhh. At ang wish ko sa birthday ko ay ang makakotse at matutong mag drive.

12 am na nang madaling araw, sakto birthday ko.

Napatingin naman ako sa phone ko kasi tumawag si DP. Napa ngiti naman ako at sinagot yun.

"Hello?".

"Labas ka, andito na ako" Sabi nya saakin kaya agad akong tumakbo palabas ng bahay. Pero teka asan si DP bakit wala yung kotse nya dito. Isang black and Pink na vios yung nasa harapan ko. Nagulat naman ako nung lumabas si DP dun.

"Like it?" Tanong nya saakin

"Oo, bago?" Tanong ko sakanya

"Yep, pero hindi para saakin" Sagot nya na kinataka ko.

"Eh, para kanino?" Tanong ko sakanya. Sa phone pa din kami nag uusap. Parang tanga. Kasi magka harap naman na kami eh.

"Its for you Ms Sulad Happy 19th birthday I love you" Sabi nya saakin.

Agad naman akong napatakbo sakanya at napayakap.

"DP thank you, akin talaga, may kotse na ako?" Hindi ko makapaniwala na tanong sakanya.

"Oo, happy birthday again" Bati nya saakin

Humiwalay naman na ako sa pagkakayakap sakanya.

"Wanna drive?" tanong nya sakin.

"Hindi ako marunong".

"Don't worry tuturuan kita, don't worry I won't let you down" Sabi nya saakin. Dahil sa banat ni DP napasubo ako na mag drive.

Kinakabahan ako ngayon kasi pano pag nabangga or maaksidente kami wag naman sana lord.

"wag kang kabahan you can do this" Sabi nya saakin tapos sumakay na sya sa passenger seat.

"Ok, automatic naman tong car kaya madaling matutunan" Sabi nya saakin tapos tinuruan na nya ako.

Grabe ang saya. Kasi pagkatapos ng ilang trials marunong na din ako.

Nasa bahay na ulit kami ngayon. Bumaba naman na kami ng kotse.

"DP, this is my best birthday ever" Nakangiting sabi ko sakanya.

"I'm so glad to hear that" Sabi ni DP saakin.

"Aside from this car Ms Sulad ano pa yung birthday wish mo?" tanong ni DP saakin. Bigla naman akong napa isip.

"Ang makasama ang taong mahal ko"

Napahinto naman ako kasi simple syang Napangiti sa sinabi ko. Pero yung ngiti nya mapait. Alam yung nasaskatan ganon. Bakit naman

"Ms Sulad pumasok kana, happy birthday I love you" Sabi nya tapos sumakay na sya sa kotse nya at umalis na. Ako naman naiwan akong tulala.

Ano daw, bakit bigla nalang syang umalis hay ang weird. Napailing nalang ako at pumasok nalang sa loob ng bahay.

Chapter 19

May pasok kami ngayon first time. Hindi nasundo ni DP. Tapos wala din sya sa school. Absent daw sya bakit kaya. Eh kahit may sakit yun puma pasok pa din yun eh. Bakit kaya sya absent.

Tinatawagan ko di kanina pa pero cannot be reached naman hay mababaliw na ata ako kakaisip kung ano yung nangyari kay DP.

Nagulat naman ako nung makasalubong ko si jen sa hallway. Ewan ko ba kung bakit lagi tong napapad dito sa department namin.

Nilagpasan ko sya kasi siguro hinihintay nya si Justin. Pero nagulat ako nung hinawakan nya yung braso ko.

Napatingin naman ako sa kamay na nakahawak sa braso ko at tska ako tumingin sakanya.

"Bakit!" Iritadong tanong ko sakanya.

"Can we talk?" Tanong nya saakin.

"About what?" Tanong ko sakanya.

"About your lovers" sagot nya sakin na kinataka ko.

"Huh?".

"About justin and jc"Sabi nya saakin.

" Anong pag uusapan natin tungkol sakanila? "Tanong ko kay jen.

" Let's go somewhere "Sabi nya saakin tapos hinila nya ako palayo. Dinala nya ako sa garden ng school namin kung saan konti lang yung studyante na nag pupunta.

" Anong pag uusapan natin sakanila jen? "Tanong ko sakanya.

" Irish, sino ba yung talagang mahal mo sakanila si Justin o si Jc? "Tanong nya saakin.

" Of course my boyfriend! "Singhal ko sakanya.

" What a liar, alam ko kung sino talaga Irish. Mag isip ka nga ng mabuti! "Iritadong sabi nya sakin.

Bigla namang nag init yung ulo ko sa sinabi nya saakin.

" Who the hell do you think you are. Jen hindi mo alam kung ano yung nararamdaman ko. I know I love jc more than anyone else! "galit na sagot ko sakanya

Inis naman syang na patawa sa sagot ko.

" Kitang kita na Irish. Ano ba yung nakikita mo kay Justin ano ba yung nararamdaman mo para sakanya at ano din yung para kay DP, come on Irish mag isip ka dahil yung mga tao sa paligid mo yung nahihirapan lalo na yung sinasabi

mong taong mahal mo!" Inis na sabi nya saakin tapos umalis na sya sa harapan ko.

Pag tingin ko sa likod ko nakita ko dun si Justin. Pinuntahan naman sya ni jen. Tumingin naman saakin si jen tapos nagulat ako nung hinalikan nya si Justin sa harapan ko.

Bigla sumikip yung dibdib ko at parang gusto kong sabunutan si jen hanggang mawala yung buhok nya. Teka bakit ako nasasaktan ng ganito.

Bigla kong naisip kung kay DP ba nya yun ginawa masasaktan din ba ako ng ganito?.

Hindi ko na kontrol yung katawan ko at sinungod si jen. Hinila ko sya palayo kay justin tapos sinampal ko sya ng malakas.

Napangisi naman sya saakin kaya napahinto ako sa nagawa ko. Bakit to ginawa, bakit ko sya sinampal?.

"kung kay Jc ko ba ito ginawa, ganyan din ba yung gagawin mo?" Tanong nya saakin.

"Bitch!" Inis na sabi ko sakanya.

"I'm not your friend and I'm not also your enemy irish.Tinutulungan ko lang kayo kasi ayaw kong nakikitang nasasaktan ang taong mahal ko habang kayo, ikaw masaya sa maling tao"sabi nya saakin.

" Alam mo ba kung bakit kami nag hiwalay ni justin? " tanong nya saakin.

"Dahil sayo Irish, wala syang ibang mukhang bibig kundi ikaw, pati sa parents nya ikaw kahit na ako yung kasama nya. Sobra din akong nasasaktan pag nakikita ko sya kung paano ka nya tingnan, Mahal na mahal ka ni justin" Sabi nya saakin tapos nag simula na syang umiyak.

"So ano ngayon yung gusto mong palabasin?" I asked her

"Gawin mo yung ginawa ko, pakawalan mo yung isa kasi alam ko kung gaano kasakit na makita yung taong mahal mo na mas mahal nya yung iba" sagot nya saakin.

"Mahal ko si DP, ikaw kung mahal mo si Justin bakit hindi mo sya ipaglaban,bakit pinapaubaya mo sya sa iba?" Tanong ko kay jen.

"Kasi wala akong choice, kahit ipilit ko yung sarili ko alam ko na ikaw pa din ang mahal nya. Kung ipipilit ko ang hindi dapat mas lalo lang kaming masasaktan. Kaya Irish kung mahal mo si jc mag isip ka, wag mo syang pahirapan. Sino ba talaga ang mahal mo? "Tanong nya saakin.

Umalis naman na sya sa harapan ko at naiwan akong tulala. Sinundan naman sya ni justin.

Ako naman napaiyak nalang ako. Kasi bakit ganon, amg unfair ko kay DP, bakit ganito yung nararamdaman ko.

Mahal ko sya oo alam ko yun pero bakit ganon na lang yung nararamdmaan ko kay Justin. Ayaw ko syang may nakikitang kasama na iba.

Baka tama sya. Baka dapat ko nang tanungin yung sarili ko kung sino yung mahal ko.

Chapter 20

Buong mag damag kong inisip yung sinabi saakin ni jen.

Nagulat naman ako nung tumawag si DP saakin kaya syempre agad ko yung sinagot.

"hello?"

"I'm here, pwede ka bang lumabas, I just want to see you" Sabi nya saakin kaya agad naman akong lumabas ng bahay namin.

Pagkalabas ko agad ko syang nakita. Mag lalakad na sana ako papunta sakanya kaya lang.

"Dyan ka lang, dito nalang tayo mag usap sa phone" Sabi nya saakin na kinataka ko.

"bakit eh magka harap naman na tayo?" Tanong ko sakanya.

"basta, dyan ka lang" sabi nya saakin.

Kaya katulad ng sinabi nya, hindi na ako umalis sa kinatatayuan ko at pinagmasdan ko nalang sya na nakatingin saakin.

"Glad to see you" Sabi nya saakin. Ewan ko ba. Ang sikip ng dibdib ko, ang, sakit kasi hanggang ngayon di ko pa din alam yung sagot sa mga katanungan ko.

"Irish pwede ba kitang matanong?" Tanong nya saakin.

"ano yun dp?" Sagot nya sakin.

"Bakit mo ba ako mahal?" Tanong nya saakin.

"Kasi, pinapasaya mo ako,, pinaparamdam mo saakin araw araw kung gaano mo ako kamahal, lagi mo akong iniintindi" Sabi ko sakanya

Simple naman syang Napangiti sa sinabi ko.

"Pano pag hindi na kita pinapasaya, pano kapag hindi ko na pinaparamdam sayo na mahal kita, pano ka kapag hindi na kita iniintindi, pano pag nag bago ako, mahal mo pa ba ako?" Tanong nya saakin

Natigilan naman ako sa sinabi nya. Pano nga pag nag bago sya, ganito pa rin ba ang nararamdaman ko para sakanya?.

"Irish, alam mo naman na mahal na mahal kita diba?" Tanong nya saakin

"O-oo"

"At alam ko din na hindi ako yung tao na mahal na mahal mo" Sagot nya saakin

"Hindi, jc mahal kita, kaya nga kita pinili diba?"

"Pero mas mahal mo sya" Sagot nya saakin. Napatahimik naman ako sa sinabi nya

"Irish, hindi ako galit, sa totoo lang I'm thankful kasi minahal mo ako. Sinubukan mo at naramdaman ko yun. Hindi ako magagalit sayo kung mas mahal mo sya. Kasi sapat na saakin na pinaramdam mo na mahal mo ako" Sabi nya saakin.

"Sa totoo lang, ayoko tong gawin kasi mahal na mahal kita. Pero wala na akong choice kundi ang bitawan ka" Sabi nya saakin.

"Irish kahit wala man ako sa tabi mo, tandaan mo na mahal na mahal kita".

"Jc sandali,bakit teka lang ah. Paano mo nasasabi yan. Hindi mo naman alam yung nararamdaman ko. Ikaw yung mahal ko hindi sya.bakit pakiramdam ko na pinapakawalan mo na ako?" Tanong ko sakanya.

"Jc naman, mahal kita wag naman ganito, sabi mo hindi mo ako sinasaktan eh ano to?" Tanong ko sakanya.

"Para to sa ikakabuti natin, kasi Irish, pag sinasabi mo yung I love you hindi ko ramdam. Pero kay Justin tingin palang alam ko na mahal na mahal mo sya" Sabi nya sakin.

"Hindi totoo yan!".

"Alam ko na magpasalamat ka saakin dahil ginawa ko to" Sabi nya saakin.

"Alam ko din na magiging masaya ka, yun naman yung importante".

"Masaya, dp mukha ba akong masaya kung ikaw iiwan ako at pinapaubaya ako sa iba?, masaya ako sayo eh, kasi mahal kita"Tanong ko sakanya.

" Bakit mo ba to ginagawa, diba mahal mo ako?" Tanong ko sakanya.

" Oo mahal kita, kaya ko nga ito ginagawa eh kasi alam ko na ito ang makabubuti sayo at dito ka magiging masaya"Sabi nya saakin.

"Masaya naman ako sayo ah"

"pero mas magiging masaya ka sakanya, Irish alam ko na mahal mo pa rin sya, at hindi ako galit" Sabi nya saakin

"Ayoko dumating ang araw na magsisi ka dahil hindi mo sya pinili, ayokong dumating ang araw na sisihin mo ako dahil naging selfish ako. Mas masasaktan lang ako kapag nakita kita na nagsisi dahil hindi mo sya pinili" Sabi nya saakin. Nanginginig na rin ang boses nya at pinipigilan nya na umiyak sa harap ko.

"Remember your birthday wish?" Tanong nya saakin.

"Ang sabi mo gusto mong makasama yung taong mahal mo" Sabi nya saakin.

"Oo at ikaw yun" Sagot ko sakanya.

"Hindi ako yun, kasi kung ako yun hindi mo na hihilingin kasi andito na ako sa tabi mo" Sabi nya saakin, sobrang sikip dibdib ko dahil sa mga sinasabi ni DP saakin ngayon.

"Your wish is my command Ms Sulad" Sabi nya saakin tapos nag lakad na sya pa layo saakin.

"Jc, jc!!" Sigaw ko sakanya pero parang di nya ako naririnig inend naman na nya yung tapos

sumakay na sya sa kotse nya tapos umalis na sya.

Sinubukan ko naman na habulin sya pero wala na akong nagawa, naka alis na sya.

"Hindi to totoo Irish hindi. Mag bilang ka hanggang 10 babalik yun" Sabi ko sa sarili ko.

Nag hintay ako pero di na bumalik si DP. Sa loob ng 10 segundo. Ang sakit sobra, napaupo naman na ako at napaiyak nalang.

Parang ang bilis mag bago ng lahat.

Mahal ko sya eh. Pero...

"Ang sabi mo mahal mo ako pero bakit iniwan mo ako?" Tanong ko tapos napaiyak na ako.

Alam nyo pa yung mas masakit, ganitong paraan nag simula ang lahat, pero sa ganitong paraan din pala matatapos ang lahat.

After nung nangyari hindi ko na nakita si DP nalaman ko na nag transfer sya ng school nasa US na sya.

Sinubukan ko din si kontakin pero wala, mukhang tinggal nya lahat ng connection saakin.

Napaupo nama. na ako sa hallway ng school at umiyak.

Pano mo to nagawa, bakit?.

DP's POV

Habang nakasakay ako sa kotse ko parang gusto kong bumalik para yakapin sya. Pero tinapangan ko yung sarili ko at nag drive nalang pa layo.

Bawat kataga na binitawan ko sakanya parang pinapatay ko na din yung sarili ko. Ayaw kong gawin yun. Ayoko syang bitawan kasi mahal na mahal ko sya. Pero wala eh kailangan.

Alam ko na hindi mo maiintindihan sa ngayon itong nagawa ko. Pero balang araw maiintindihan mo din.

At pag dumating ang araw nayun, pag nagkita tayo ulit your gonna thank me.

At kung mangyari man ang araw na yun kapag nag thank you ka my answer will always be the same.

Epilogue

8 years later…

Sa loob ng 8 years I'm a licensed Civil Engineer. Naging successful naman ako ako. Masaya, Oo sobrang saya.

Dati, nung nag hiwalay kami ni DP hindi ko maintindihan kung bakit eh. Now oo alam ko na.

Sana makita ko sya, I want to thank him, kasi lagi nyang iniisip kung ano ang mas makakabuti saakin kahit na nasaktan sya ginawa nya pa din.

Gusto kong makita sya kahit isang beses lang.

May point talaga sa buhay natin na dadating yung tao na mag bubo at mag papa galing saatin parang si JC. Tinulungan nya akong maka move on at mahalin ang sarili ko.

Hinding hindi ko sya makakalimutan kasi he is the greatest lesson that I learned in my life.

Ang dami nyang pinarealize saakin. Kasama na dun ang taong mahal ko.

Sa totoo lang, iniwan din ako ni justin nung panahon na iniwan din ako ni DP.

Ang sabi ko kung sino yung bumalik sya talaga ang para saakin.after 2 years bumalik si Justin sa buhay ko. At nung bumalik sya, napatunayan nya na totoo pala yung sinasabi nila na first love never dies. Kasi hindi naman totally nawala ang feelings ko para sakanya, akala ko lang kasi talaga non si DP, akala ko mahal ko sya pero hayy, I admit mahal ko sya pero hindi katulad ng pagmamahal ko para kay Justin.

I realized na tama pala sila. Sya nga yung mahal ko. Sabi nga nila, may ibat ibang stages ng love at ayun ang. First love, true love at ang great love

Si Jc sya ang true love ko, oo kasi sya ang naheal saakin sa lahat ng pain ko. At si Justin naman yung first and last love kasi nag stay sya at kahit ilang milyong beses pa sya umalis hindi nag babago yung pag tingin at nararamdaman ko para sakanya.

Bumaba naman na ako ng bridal car ko. Kasal ko na ngayon. Kasal nanamin ni Justin. Akala ko hindi na to mangyayari. Akala ko sa panaginip nalang.

Napangiti naman ako nung makita ko si Justin sa isle. Sya nga, sya yung lalaking pinapangarap ko. Sya nga yung lalaking mamahalin ko ng habang buhay. Kinakabahan ako habang nag lalakad ako palapit sakanya.

Inabot naman na ni papa yung kamay ko kay Justin.

"Alagaan mo ang anak ko" Payo ni papa sakanya

"opo sir, ako na pong bahala sa anak nyo" Sagot ni justin kay papa tapos humarap na kami sa altar.

Halos maluha ako nung makita kung sino yung pari sa kasal namin. Tumingin sya ng saglit saakin tapos tumingin ulit sa mga tao.

"Whoever opposes this wedding speak up or forever hold your peace" Ilang minuto naman kaming binalot ng katahimikan bago sya magsalita ulit.

"We gathered here today to witness the wedding of Justin Alvarez and Ms Irish Kristel Sulad"

"DP" yan lang ang nasabi ko habang nakatingin sakanya.

Naging pari pala sya kaya ang tagal kong walang balita sakanya.

"Justin, do you take Irish to be your lawfully wedded wife to sickness and in Health?" tanong sakanya ni Dp

"yes I do father" Sagot ni justin, tumingin naman saakin si jc tapos binasa ulit yung Bible

"Irish, do you take Justin to be your lawfully wedded husband to sickness and in health?" Tanong saakin ni jc

"I-I do father" Sagot ko sakanya

"May now I pronounce husband and wife ,you may now kiss the bride"

Tumingin sya saakin tapos ngumiti at nag lakad na sya paalis.

DP 's POV

Ang galing talaga ng tadhana,unang wedding ceremony ko to sa taong mahal ko pa talaga ako nag kasal.

Pagkasabi ko ng you may now kiss the bride umalis na ako kasi kahit matagal na yun masakit pa din.

Kasi sya lang naman yung babaeng mamahalin ko eh.

"DP" Napahinto naman ako sa paglakad ko. Tumingin naman ako sa likuran ko.

Bigla namang bumilis yung tibok ng puso ko nung makita ko yung taong mahal ko na tumatakbo palapit saakin.

"buti naabutan kita" Sabi nya saakin.

"bakit?" tanong ko sakanya.

"Can we talk?" Tanong nya saakin.

"Sige" Pag pagpayag ko

"Nag pari ka pala kaya matagal kang nawala" Sabi nya saakin.

"Oo, napili ko na mag lingkod nalang sa panginoon. Congratulations sa kasal nyo ni justin" Sabi ko sakanya.

"T-thank you DP, I mean jc".

Thank you, just like before, you know my answer will always be the same my love.

Pinili ko nalang na wag nang mag salita at nag lakad nalang ulit.

"Jc sandali" Napatigil naman ako sa paglakad dahil sa pag tawag nya saakin.

"Sorry" Sabi nya.

"For what?" Tanong ko.

"Dahil hindi ko nabigay yung pagmamahal na dapat naibigay ko sayo. I'm very sorry " Sabi nya saakin.

"You don't need to be sorry Irish, masaya naman ako dahil kahit papano minahal mo a ko"sabi ko sakanya

" Irish, thank you for everything, Thank you dahil hinayaan mo akong maging parte ng buhay mo kahit na sa sandaling oras lang, May plano talaga ang dyos para saatin, baka hindi talaga tayo para sa isat - isa, Best Wishes Mrs Alvarez" Sabi ko sakanya tapos nag lakad na ako paalis.

" Jc thank you"

Humarap naman ako sakanya tapos ngumiti ng tipid

"You're welcome " Sagot ko sakanya at tuluyan nang nag lakad paalis

Ganyan talaga sa buhay ng tao. May mga dumadating sa buhay natin para lang patibayin tayo, tapos pag nagawa na nila yung papel nila sa buhay natin aalis na sila.

Oo masakit, pero mas masakit kong ipipilit natin ang mga bagay na hindi naka laan saakin

Sa tagal ko sa seminaryo may isa akong hindi makalimutan na sinabi saakin ni father dati

"We can't unlove someone, hindi nawawala yung pagmamahal natin sa isang tao kahit wala na sila sa buhay natin, at kung may dumating man ang panahon na bumalik sila pero hindi na sila saatin, imbes na malungkot maging masaya nalang tayo para sakanila dahil nakita na nila ang taong nilaan sakanila ng panginoon"

Yan ang nakatatak saakin hanggang ngayon.

Love is not about choosing someone to be happy, love is about to choose yourself and to be happy and to be loved.

About the Author

Bellissima_04

Milcris Ortiz is a 16 year old girl and is a Senior High school student. She started writing when she was on her 4th grade and wrote stories about fairy tales. Now few of her friends inspired her to write again as she stopped in between. She believes that if you really want what you are doing right now even you forgot that your doing it, someday you will have the courage to do it again, it will always find a way to do it.

www.ingramcontent.com/pod-product-compliance
Lightning Source LLC
LaVergne TN
LVHW041845070526
838199LV00045BA/1443